अज्ञात अनामिकांचे कर्तृत्व

संपादन
कोल्लेगला शर्मा
बाळ फोंडके

अनुवाद
वैशाली जोशी

मेहता पब्लिशिंग हाऊस

All rights reserved along with e-books & layout. No part of this publication may be reproduced, stored in a retrieval system or transmitted, in any form or by any means, without the prior written consent of the Publisher and the licence holder. Please contact us at **Mehta Publishing House,** 1941, Madiwale Colony, Sadashiv Peth, Pune 411030. ℗ +91 020-24476924 / 24460313
Email : info@mehtapublishinghouse.com
           production@mehtapublishinghouse.com
           sales@mehtapublishinghouse.com
           Website : ww.mehtapublishinghouse.com

◆ *या पुस्तकातील लेखकाची मते, घटना, वर्णने ही त्या लेखकाची असून त्याच्याशी प्रकाशक सहमत असतीलच असे नाही.*

ACHIEVEMENTS IN ANONYMITY- Unsung Indian Scientists :
A Collection of biographical articles
Edited by Kollegala Sharma and Bal Phondke
© मेहता पब्लिशिंग हाऊस
Translated into Marathi Language by Vaishali Joshi

अज्ञात अनामिकांचे कर्तृत्व / व्यक्तिचरित्रे

अनुवाद   : वैशाली जोशी

मराठी पुस्तक प्रकाशनाचे हक्क मेहता पब्लिशिंग हाऊस, पुणे.

प्रकाशक   : सुनील अनिल मेहता, मेहता पब्लिशिंग हाऊस,
              १९४१, सदाशिव पेठ, माडीवाले कॉलनी, पुणे - ३०.

अक्षरजुळणी : एडी कोऑथर्स डॉक्युमेन्टेशन सर्व्हिसेस प्रा. लि., पुणे -३८.

मुखपृष्ठ   : मेहता पब्लिशिंग हाऊस

प्रकाशनकाल : सप्टेंबर, १९९५ / पुनर्मुद्रण : नोव्हेंबर, २०१७

P Book ISBN 9788171614622
E Book ISBN 9789387319561
E Books available on : play.google.com/store/books
                             m.dailyhunt.in/Ebooks/marathi
                             www.amazon.in

प्रस्तावना

सर सी.व्ही. रामन् किंवा सर जे. सी. बोस यांच्यासारखे काही तारे भारतीय विज्ञानाच्या क्षितिजावर चमकले आहेत; पण काही उपजत रत्ने अशीही होती की, ज्यांचे तेज सर्वसामान्य जनतेच्या नजरेला कधी पडलेच नाही. अंधारात राहिलेल्या या माणसांनी देशामध्ये विज्ञान संस्कृतीचा प्रसार करण्यासाठी खूप कार्य केले आहे. समाजाच्या मान्यतेची वाट न पाहाता त्यांनी अतिशय उत्साहाने विज्ञानाची कार्यवाही आणि प्रचार केला आहे. त्यांच्या या समर्पणाशिवाय भारतीय विज्ञानाची ही विशाल इमारत उभीच राहिली नसती. ते कल्पक शोधक, प्रेरक शिक्षक, नवे उपक्रम करणारे संशोधक आणि साहसी इंजिनिअर्स होते. भारतामध्ये आधुनिक विज्ञानाची मुळे खोलवर जाण्यासाठी आवश्यक असलेले वातावरण निर्माण करण्यासाठी त्यांनी शांतपणे विज्ञानाचे महत्त्व लोकांच्या मनांवर ठसवले. सर्वसामान्यांच्या स्मृतीच्या अंधाऱ्या कोपऱ्यात बराच काळ राहिलेल्या या शास्त्रज्ञांचे चरित्र प्रकाशात आणण्याची ही संधी आम्हाला मिळाली, हा आमचा बहुमानच आहे. उगवत्या एडिसन आणि आइन्स्टाईनना सारखीच प्रेरणा देणारी ही या अप्रसिद्ध शास्त्रज्ञांची चरित्रात्मक रेखाटने प्रसिद्ध करणे हा या गतकाळातील आपल्याच तेजाने तळपणाऱ्या विद्वानांना, उशिरा केलेला असला, तरी सादर मुजराच होईल. ही गोष्ट खरी की, विस्मृतीत गेलेल्या अशा सर्व शास्त्रज्ञांचा समावेश या पुस्तकात होऊ शकला नाही. परंतु यापासून प्रेरणा मिळून भूतकाळातील अंधारात झुरत पडलेल्या अशाच काही रत्नांचा शोध घेण्याची इच्छा वाचकांना होईल, अशी आशा आहे.

अनुक्रमणिका

निस्सीम वनस्पतीशास्त्रज्ञ

शंकर आधारकर

खगोल तंत्रज्ञान असो, महासंगणक असो, महासंवाहक किंवा जनन विज्ञानातील अभियांत्रिकीने (Genetical Engineering) तयार केलेली अतिमानवी पिके असोत. प्रत्येक क्षेत्रात आधुनिक तंत्रज्ञानासमवेत काम करण्याची आपली क्षमता भारतीय शास्त्रज्ञांनी दाखवून दिली आहे. विसाव्या शतकाच्या अखेरीसदेखील असे काही देश आहेत की, जेथे आधुनिक विज्ञानाचे शिक्षण देणाऱ्या डझनभरसुद्धा संस्था देशात नाहीत. त्यांच्या दृष्टीने ही एक मोठी आश्चर्यकारक अशी भरारी आहे. शंकर पुरुषोत्तम आधारकरांनी आपले संपूर्ण आयुष्य आणि बरीचशी संपत्तीदेखील भारतीय विज्ञानाच्या विकासासाठी खर्च केली. त्यांच्यामुळेच भारत आज विज्ञान आणि तंत्रज्ञानाच्या क्षेत्रात इतर विकसनशील देशांमध्ये अग्रगण्य आहे. म्हणूनच अशा द्रष्ट्या शास्त्रज्ञांचे आपण ऋणी राहाणे आवश्यक आहे.

महाराष्ट्रातील मालवण (जि. रत्नागिरी) या एका लांबच्या खेड्यात १८ नोव्हेंबर १८८४ या दिवशी शंकर पुरुषोत्तम आधारकर यांचा जन्म

झाला. हा खेड्यातील मुलगा पुढे दूर असलेल्या कलकत्त्यातील एका प्रतिष्ठित संशोधन खात्याचा प्रमुख कसा झाला, ही एक अद्भुत कथा आहे. विज्ञान शिकण्याच्या आणि प्रतिकूल परिस्थितीतही संशोधन करीत राहाण्याच्या त्यांच्या अथक निर्धारपूर्वक प्रयत्नांमुळेच हे शक्य झाले. त्या प्रयत्नांचीच ही आश्चर्यकारक कथा आहे. शाळेत शिकत असतानादेखील त्यांच्यासमोर अडचणी होत्याच. वडील पीडब्ल्यूडीमध्ये ओव्हरसीअर असल्यामुळे त्यांच्या नेहमी बदल्या होत असत; त्यामुळे कमीतकमी अर्धा डझन वेगवेगळ्या शाळांमध्ये शंकरला शिक्षण घ्यावे लागले. त्याला निरनिराळ्या भाषा तर शिकाव्या लागल्याच, पण शिक्षक नसलेल्या शाळांमध्येही शिकावे लागले. निदान एकदा तरी शंकरने स्वतःच वर्गातील इतर मुलांना शिकवण्याचे काम केले. त्याच्या शाळेतील दोन शिक्षक इतर काही काम करीत होते किंवा निष्काळजी होते. अशा प्रतिकूल परिस्थितीला तोंड देत शंकर धारवाडच्या सरकारी उच्च माध्यमिक शाळेतून मॅट्रिकची परीक्षा उत्तीर्ण झाला. त्यानंतर त्याने बी.ए.च्या पदवीसाठी मुंबईतील एल्फिन्स्टन कॉलेजमध्ये प्रवेश घेतला. बी.ए.ला त्याने वनस्पतीशास्त्र, प्राणिशास्त्र आणि भू-रचनाशास्त्र (Geology) हे ऐच्छिक (optional) विषय घेऊन पहिला वर्ग मिळवला. शिक्षणाच्या याच काळात शंकर जीवशास्त्राकडे आकृष्ट झाला. १९०९ मध्ये त्याने एल्फिन्स्टन कॉलेजमधूनच एम.ए.ची पदवी मिळवली. त्यानंतर लगेचच तो कॉलेजच्या जीवशास्त्र विभागात उपप्राध्यापक (lecturer) म्हणून काम करू लागला.

एल्फिन्स्टन कॉलेजमध्ये उपप्राध्यापक असतानाच्या तीन वर्षांच्या काळात शंकरला संशोधनाला भरपूर वेळ मिळाला. शिकवण्याच्या सत्रांमध्ये लांबलचक सुट्टी असायची. हा वेळ शंकरने जवळच्याच पश्चिम घाटातील प्राणी आणि वनस्पतींचे निरीक्षण करण्यात सत्कारणी लावला. अशा प्रकारच्या पाहणीमध्ये तो चांगलाच वाकबगार होता. अशा जंगली सफरीमध्येच त्याला त्याचा पहिला शास्त्रीय शोध लागला. घाटातल्या एका मोहिमेत त्याला ताज्या पाण्यातील एका नवीन जातीच्या जेली-फिशचा शोध लागला. तो म्हणजे लिम्नोक्निडा इंडिका ॲनाडेल (*Limnocnida indica Annadale*). हा जेली-फिश फक्त आफ्रिकेतील नद्यांमध्येच सापडतो अशी आत्तापर्यंत समजूत होती. नेचर (NATURE)

या ब्रिटिश शास्त्रीय नियतकालिकात १९१२ साली त्याने आपला हा शोध प्रकाशित केला. तेव्हापासून त्याला संशोधनाचे वेडच लागले. हे वेड एवढे होते की, आपल्या कुटुंबीयांच्या इच्छेविरुद्ध त्याने चांगला पगार आणि पेन्शनचे फायदे असलेली सरकारी नोकरी नाकारली. कारण नोकरी केली असती तर त्याला संशोधनाची संधी मिळाली नसती.

एल्फिन्स्टन कॉलेजमध्ये असताना केलेल्या जंगली सफरींमध्ये शंकरने वनस्पती आणि प्राण्यांचे पुष्कळ नमुने गोळा केले होते. त्या सर्वांची अचूक ओळख पटवण्यासाठी त्याने कलकत्त्याच्या इंडियन म्युझियमचे सुपरिंटेंडंट डॉ. ॲनाडेल यांची मदत मागितली. ॲनाडेल यांच्या मैत्रीचा त्याला पुढे खूपच उपयोग झाला. ॲनाडेलनी शंकरची म्युझियमचा मानद (Honorary) बातमीदार म्हणून नेमणूक केली; त्यामुळे शंकरला वारंवार कलकत्त्याला जाण्याची संधी मिळाली. या भेटींमध्येच ॲनाडेलनी त्याला वनस्पती आणि प्राण्यांचे नमुने कसे गोळा करावेत, त्यांचे नीट जतन कसे करावे आणि सूक्ष्मदर्शकाखाली त्यांचे निरीक्षण कसे करावे याची अनेक तंत्रे शिकवली. १९१३ मध्ये इंडियन म्युझियमच्या शतकमहोत्सवी समारंभाचे निमंत्रण शंकरला मिळाले. या प्रसंगामुळे त्याच्या जीवनाला एक वेगळेच वळण लागले. डॉ. ॲनाडेलना त्यांच्या संशोधन कार्यात मदत करायला म्हणून शंकर तिथेच राहिला. काश्मीरमध्ये त्यांना एक जाळीदार रक्तवाहिन्या असलेले लहान चिलट (midge) मिळाले होते. त्याचा अभ्यास करण्याच्या निमित्ताने शंकर म्युझियममध्येच राहिला. हे कीटक भारतात पूर्वी न आढळलेल्या अशा एका नव्या जातीचे फायलोरस बायोनी आघारकर (*Philorus bioni Agharkar*) होते असे त्यांच्या नंतर लक्षात आले. अनेक वर्षांपूर्वी प्रसिद्ध झालेले हे संशोधन अजूनही महत्त्वाचे आहे. कारण आघारकरांनी त्याची अगदी अचूक आणि तपशीलवार नोंद केली आहे.

आघारकरांनी पश्चिम घाटात गोळा केलेल्या वनस्पती आणि प्राण्यांमध्येदेखील अनोळखी जातींचे पुष्कळ नमुने होते. या निस्सीम वनस्पतीशास्त्रज्ञाचे नाव या नवीन जातींच्या वनस्पती आणि प्राण्यांच्या नावांपुढे गुंफून अमर झाले आहे. दोन सपुष्प वनस्पती **डिक्रोआिया**

आघारकारी (*Dicroea agharkari*) आणि **मुसा आघारकारी** (*Musa agharkari*), एक बुरशी (*Mitrula agharkari*) **मित्रुला आघारकारी** आणि एक घोण किंवा गोम (Centipede) **क्रीप्टोऱ्हीप्टॉप्स् आघारकारी** (*Cryptorhyptops agharkari*) यांचे त्यांनी शोध लावले.

एवढ्या यशस्वी संशोधन कार्यानंतर शंकर आघारकर म्युझियममध्येच राहिले हे साहजिकच होते; पण असे हे फार दिवस टिकले नाही. १९१३ मध्ये कलकत्ता विद्यापीठातील निवड समिती वनस्पतीशास्त्राच्या घोष (Ghosh) प्राध्यापकपदावर करावयाच्या नेमणुकीमुळे अडचणीत आली होती. विद्यापीठाला योग्य उमेदवार मिळत नव्हते. उमेदवार हा भारतीय आणि वनस्पतीशास्त्रात नावलौकिक मिळवलेला असा हवा होता. त्या काळात अशी योग्यता असलेला माणूस मिळणे अवघडच होते. सर सी. व्ही. रामन हे त्या वेळी विद्यापीठात भौतिकशास्त्राचे पलित (Palit) प्राध्यापक म्हणून काम करीत होते. त्यांनी निवड समितीचे अध्यक्ष सर आशुतोष मुखर्जी यांना तरुण आघारकरांचे नाव सुचवले. शंकरला प्राध्यापकपदासाठी अर्ज करण्यास सांगण्यात आले. त्याला असेही सांगितले गेले की, जर त्याने हे पद स्वीकारले तर त्याला प्रशिक्षणासाठी जर्मनीला जावे लागेल. संशोधनातील प्रेमामुळे शंकरने ही संधी ताबडतोब स्वीकारली. हिंदू असूनही साता समुद्रापलीकडे गेला म्हणून त्याला कडक टीकेला तोंड द्यावे लागले असते याची त्याला पूर्ण कल्पना होती. दोन वर्षांच्या प्रशिक्षणासाठी शंकर २ मे १९१४ या दिवशी जर्मनीला रवाना झाला.

दुर्दैवाने शंकरचे हे परदेशातील वास्तव्य अपेक्षेपेक्षा जास्त लांबले. जर्मनीत त्याच्या आगमनानंतर लगेचच पहिले महायुद्ध सुरू झाले. त्याला तीन वर्षांसाठी तुरुंगात डांबले गेले. साहजिकच त्याच्या अभ्यासावर त्याचा वाईट परिणाम झाला. तरीही १९१९ मध्ये त्याने बर्लिन विद्यापीठातून पीएच.डी.ची पदवी मिळवली. वायव्य भारतात सापडणाऱ्या वाळवंटातील वनस्पतींच्या (Xerophytes) प्रसार आणि विभागणी तंत्रावर आधारित असलेल्या त्याच्या प्रबंधाचे परीक्षकांनी खूप कौतुक केले. पुढचे वर्ष शंकरने युरोप आणि इंग्लंडचा प्रवास करण्यात घालवले. लंडनमधील क्यू (Kew) येथील सुप्रसिद्ध रॉयल बोटॅनिकल गार्डनसह इतर खूप बोटॅनिकल उद्यानांना भेटी दिल्या.

युरोपच्या पर्वतराजीतून त्यांनी दुर्मीळ आणि किमती असे वनस्पतींचे नमुनेही गोळा केले. त्यांचा हा वनस्पतींसंबंधीच्या गोष्टींचा समृद्ध संग्रह त्यांनी नंतर कलकत्ता विद्यापीठाला भेट दिला. कोणाही एका व्यक्तीने केलेल्या संग्रहांमध्ये हा संग्रह एक सर्वोत्तम संग्रह म्हणून गणला जातो.

१९२० मध्ये परदेशातून परत आल्यावर शंकर त्याचे विद्यार्थी आणि सहाध्यायांमध्ये प्राध्यापक आघारकर म्हणून ओळखला जाऊ लागला. पुढचं जवळजवळ पाव शतक ते वनस्पतीशास्त्र विभागाचे एक अविभाज्य भाग होते. त्यांच्या नेतृत्वाखाली या विभागाने सर्वोत्तम वनस्पतीशास्त्र संशोधन संस्था म्हणून नाव कमावले. डी. चटर्जी म्हणून एका पूर्वीच्या विद्यार्थ्याच्या शब्दांत सांगायचे झाले तर 'ते म्हणजे वनस्पतींच्या माहितीची खाण होते. विद्यार्थ्यांना योग्य शास्त्रीय मार्गदर्शन करणारे आणि विषयात रस निर्माण करणारे असे त्यांचे व्यक्तिमत्त्व होते.' १९५५ मध्ये वयाच्या ७१व्या वर्षी प्रा. आघारकरांनी **सायन्स ऑन्ड कल्चर** या नियतकालिकाला लिहिलेले एक पत्र या विधानाचा पुरावा आहे. चिंचेच्या काही थोड्या फुलांच्याच अभ्यासावरून काही चुकीचे निष्कर्ष एका लेखकाने या नियतकालिकातील आपल्या लेखात प्रसिद्ध केले होते. त्याची चूक निदर्शनास आणून ती सुधारणारे ते पत्र होते.

विज्ञानातील असामान्य कौशल्याशिवाय आणखी एका बाबतीत प्रा. आघारकरांची भारतीय विज्ञानाला खूप मदत झाली आहे. ती म्हणजे देशातील विविध शास्त्रीय संस्था चालवताना त्यांनी दाखवलेले व्यवस्थापकीय आणि संघटनकौशल्य. कलकत्ता विद्यापीठात पूर्ण २६ वर्षे वनस्पतीशास्त्राचे घोष (Ghosh) प्राध्यापक म्हणून काम करीत असताना बऱ्याच व्यावसायिक शास्त्रीय संस्थांचे ते सचिव किंवा अध्यक्ष होते. लंडन ओव्हरसीज शिष्यवृत्ती आज भारतीयांना मिळू शकते याचं बरंचसं श्रेय प्रा. आघारकर भारतीय शास्त्रीय काँग्रेस असोसिएशनचे सचिव असताना त्यांनी केलेल्या कामाला जातं. १९३१ पर्यंत ही शिष्यवृत्ती फक्त ब्रिटिश नागरिकांनाच दिली जात असे. त्याचा निधी मात्र भारतीय राजेरजवाड्यांकडून जमवला जात असे.

भारतीय विज्ञान किंवा वैज्ञानिक यांना कोणतीही हानी पोहोंचू नये

याची पूर्ण काळजी राष्ट्रभक्त असलेले आधारकर घेत असत; त्यामुळेच कलकत्त्यातील सिबपूर हर्बेरियममधील दुर्मीळ नमुने जेव्हा ब्रिटिश अधिकाऱ्यांनी लंडनच्या क्यू (Kew) येथील रॉयल बोटॅनिकल गार्डनमध्ये हलवण्याचे ठरवले तेव्हा आधारकरांनी त्यांच्याविरुद्ध बडगा उगारला. भारतीय वनस्पतीशास्त्राचे त्यामुळे किती नुकसान होईल हे त्यांनी दाखवून दिले आणि त्या अधिकाऱ्यांना आपला निर्णय बदलण्यास भाग पाडले. या त्यांच्या कृत्यामुळे भारतातील बोटॅनिकल सर्व्हेमधील अनेक वनस्पती प्रयोगशाळा त्यांच्या ऋणी राहातील. हे नमुने जर भारतीयांना उपलब्ध राहिले नसते तर भारतातील वनस्पतीशास्त्राची वाढच खुंटली असती.

कलकत्त्याच्या घोष प्राध्यापकपदावरून प्रा. आधारकर १९४६ साली निवृत्त झाले. ते मुंबईला परत आले आणि मुंबई विद्यापीठात पदव्युत्तर विद्यार्थ्यांना शिकवण्याचे कार्य त्यांनी सुरू केले. मध्यंतरी १९४६ मध्ये पुण्याच्या भारतीय विधीमंडळाच्या काही सन्माननीय सभासदांनी शास्त्रीय संशोधनाच्या विकासासाठी एक संस्था स्थापन करण्याचे ठरवले. संस्थेचे प्रमुख म्हणून त्यांनी साहजिकच प्रा. आधारकरांची निवड केली. नियोजित महाराष्ट्र असोसिएशन फॉर दि कल्टिव्हेशन ऑफ सायन्स (MACS)च्या निवड समितीने प्रा. आधारकरांची 'एकमताने संस्थेचे संस्थापक-संचालक' म्हणून निवड केली. प्रा. आधारकरांच्या नेतृत्वाखाली संस्था एक उत्तम संशोधन केंद्र म्हणून लवकरच प्रगत झाली. MACSचे भूतपूर्व अध्यक्ष पी. व्ही. सुखात्मे म्हणतात, 'त्यांनी आयुष्यातील प्रत्येक क्षण आणि कमावलेला प्रत्येक पैसा संस्थेच्या कार्यासाठी खर्च केला.' संस्थेमधील त्यांच्या कार्यालयात त्यांनी कधी पंखादेखील बसवून घेतला नाही. कारण त्यांना ती चैनीसाठी केलेली पैशाची उधळपट्टी वाटत असे. व्यवस्थितपणा, नियमितपणा आणि पद्धतशीरपणा यांचे उदाहरण त्यांनी आपल्या वागणुकीने इतरांना घालून दिले. म्हातारपणीदेखील टेकडीवरील वनस्पतींचे नमुने गोळा करायला जाण्यासाठी ते आपल्या तरुण सहाध्यायांबरोबर जात असत. त्यांच्या एका विद्यार्थ्याने सांगितलेली त्यांची एक आठवण म्हणजे 'त्यांच्याबरोबर केलेल्या अशा भटकतींमधून एक प्रकारचा आनंद आणि बरेचसे शिक्षण मिळत असे.'

१६६० पर्यंत प्रा. आघारकर या संस्थेचे प्रमुख होते. नंतर ढासळत्या प्रकृतीमुळे ते निवृत्त झाले. १९५६ मध्ये त्यांच्यावर कर्करोगाची एक शस्त्रक्रिया झाली होती. मृत्यू दरवाजा ठोठावत असतानादेखील त्यांनी काम सोडले नव्हते. ऑईल ॲन्ड फ्यूएल कमिशनच्या प्रमुख पॅलिनॉलॉजिस्ट (Palynologist) बरोबर (परागकणांचे विश्लेषण करणारे शास्त्रज्ञ) त्यांचे काम सुरू होते. बंगालमधील वनस्पतींच्या उत्पत्तीसंबंधी हे काम होते. आपल्या रोगाचे निदान समजल्यानंतर त्यांनी शांतपणे मृत्युपत्र तयार केले. त्यामध्ये आपल्या पत्नीसाठी आवश्यक तेवढ्या गोष्टी ठेवून बाकी सर्व MACSच्या विश्वस्त निधीला दान केले. मृत्यूपूर्वी काही दिवस संस्थेच्या प्रयोगशाळेत जाऊन त्यांनी वेगवेगळ्या संशोधन कार्यातील प्रगतीची चौकशी केली. २ सप्टेंबर १९६० रोजी त्यांचे देहावसान झाले. ज्या संस्थेसाठी त्यांनी आपले आयुष्य वेचले आणि सर्व संपत्तीही दान केली त्या संस्थेने त्यांची कायम आठवण ठेवावी हे साहजिकच आहे. MACSने १० सप्टेंबर १९९२ रोजी आपल्या संशोधन संस्थेचे **'आघारकर संशोधन संस्था'** असे पुन्हा नामकरण केले. त्यांनी जी संस्था एवढ्या लाडाने आणि आवडीने वाढवली तिथे त्यांना अशा प्रकारे सन्मानित करण्यात आले आणि त्यांची कायम स्मृती ठेवली गेली.

– के. शर्मा

भारतीय एडिसन
शंकर भिसे

ब्रिटिश शासनाच्या काळात भारत पाश्चिमात्य राष्ट्रांपेक्षा अनेक बाबतींत अनेक कारणांनी मागे पडला होता; पण तरीही आपल्याकडे समर्थ आणि हुशार शास्त्रज्ञांची कमतरता नव्हती. जे. सी. बोस आणि पी. सी. रे यांच्यासारख्या शास्त्रज्ञांनी विज्ञानाच्या क्षेत्रात काही खास कामगिरी केली होती. अशा महत्त्वाच्या शास्त्रज्ञांच्या नावांबरोबर जोडले जावे असे आणखी एक नाव म्हणजे शंकर आबाजी भिसे. स्वदेशात आणि परदेशात लावलेल्या त्यांच्या शोधांमुळे भारताची प्रतिमा उजळायला मदत झाली.

भिसे यांचा लहानपणापासूनच विज्ञानाकडे नैसर्गिक कल होता. वयाच्या चौदाव्या वर्षी त्यांनी दगडी कोळशापासून वायू मिळवणारे उपकरण घरीच तयार केले होते. इंग्लंड किंवा अमेरिकेला जाऊन संशोधक म्हणून नाव मिळविण्याचा निर्धार त्यांनी सोळाव्या वर्षीच केला.

भिसे यांनी आपली महत्त्वाकांक्षा पूर्ण केली. विज्ञानाकडे वळण्यापूर्वी

काही दिवस त्यांनी दृष्टिभ्रमावर काम केले होते. ही १८९०-९५ मधली गोष्ट आहे. ते जनतेसमोर एका घन वस्तूचे दुसऱ्यांत रूपांतर करीत असत. इंग्लंडमध्ये मँचेस्टर येथील फ्री ट्रेड हॉल येथेही त्यांनी आपला हा प्रयोग केला होता. हे प्रयोग युरोपियन लोकांनी केलेल्या तसल्याच प्रयोगांपेक्षा कितीतरी सरस होते. १८९४ मध्ये मुंबईत झालेल्या दहाव्या भारतीय काँग्रेसचे अध्यक्ष श्री. आल्फ्रेड वेब यांनी त्यांचे खूप कौतुक केले. मुंबईमध्ये या प्रयोगांसाठी भिसे यांना सुवर्णपदक देण्यात आले.

मुंबईत असताना भिसे यांनी एक विज्ञान क्लब स्थापन केला. या संस्थेतर्फे त्यांनी मराठीमध्ये 'विविध कला प्रकाश' या नावाचे एक विज्ञान नियतकालिक प्रकाशित करण्यास सुरुवात केली. या नियतकालिकातून ते सामान्य माणसांना विज्ञानाचे महत्त्व पटवून देत असत. या काळात त्यांना आपले बौद्धिक कौशल्य दाखवण्याची संधी मिळाली. लंडनमधील **'इन्व्हेंटर्स रिव्यू ऑन्ड सायंटिफिक रेकॉर्ड'** या नियतकालिकाने एक स्पर्धा आयोजित केली होती. साखर, आटा यांसारख्या पदार्थांचे अचूक वजन करून त्यांचे वितरण करण्यासाठी स्वयंचलित यंत्र शोधून काढण्याची ती स्पर्धा होती. त्यात जिंकणाऱ्यांसाठी बक्षिसेही जाहीर झाली होती. भिसे यांनी आपल्या कल्पनेचा आराखडा पाठवून दिला. या स्पर्धेसाठी इतरही पुष्कळ प्रवेशपत्रिका आल्या होत्या; पण भिसे यांनी पाठवलेला आराखडा सर्वोत्तम ठरला. या आराखड्यामुळे उद्योगधंद्यात मोठी खळबळ माजली. एक हुशार संशोधक म्हणून भिसे यांचे नाव सर्वतोमुखी झाले. महत्त्वाची गोष्ट म्हणजे अमेरिकेतही त्यांच्या या यशाची नोंद झाली. **'सायंटिफिक अमेरिकन'** या अमेरिकन विज्ञान नियतकालिकाने त्यांच्या या शोधाचा समग्र वृत्तान्त प्रसिद्ध केला.

भिसे यांचा सर्वात महत्त्वाचा शोध म्हणजे छपाईसाठी लागणारी अक्षरे (खिळे) पाडणारे आणि त्यांची जुळणी करण्याचे यंत्र. त्या वेळची अक्षरे पाडणारी यंत्रे फार मंदगतीने काम करीत असत. ही यंत्रे एका मिनिटात १५० खिळे पाडू शकत. अनेक संशोधकांनी प्रयत्न करूनदेखील या यंत्रात सुधारणा होत नव्हती. भिसे यांनी एकाच वेळी अनेक खिळे पाडू शकेल असे यंत्र तयार करण्याचे ठरवले. त्यांनी शोधलेल्या एका यंत्रामध्ये एकाच वेळी ३२ वेगवेगळी अक्षरे पाडण्याची क्षमता होती; पण लोकांचा त्यावर विश्वास बसत नव्हता. इंग्लंडमधील एक प्रसिद्ध

अक्षरे बनवणारी कंपनी कॅस्टन टाइप फाउंड्री, लंडन येथील इंजिनिअर्सनी भिसे यांना आव्हान दिले. हे आव्हान स्वीकारून १९०८ मध्ये लंडनमध्येच आर्थिक साहाय्य मिळवून भिसे यांनी स्वतःची द भिसो-टाइप लिमिटेड या नावाची फाउंड्री सुरू केली. यामुळे त्यांच्या टीकाकारांची तसेच इंग्लिश इंजिनिअर्सचीही तोंडे बंद झाली. हे स्वयंचलित यंत्र एका मिनिटात १२०० वेगवेगळी अक्षरे पाडून जुळणी (assembly) करत असे. कॅक्स्टन या त्या वेळच्या छपाईविषयक प्रसिद्ध नियतकालिकाने त्यांच्या यशावर मतप्रदर्शन करताना म्हटले होते, 'जगातल्या समर्थ इंजिनिअर्सना आत्तापर्यंत जी गोष्ट जमली नव्हती ती भारतातील एका तद्देशीयाने (Native) करून दाखवली आहे.'

त्यानंतर भिसे यांनी मागे वळून पाहिले नाही किंवा अधिक चांगले यंत्र बनवण्याचे प्रयत्नही सोडले नाहीत. आणखी पुढे जाऊन त्यांनी स्वयंचलित ड्वेल (Dwell) यंत्र तयार केले आणि त्याचे पेटंट घेतले. इंग्लंडमधील बॅनरमन अक्षरे बनवणाऱ्या यंत्रांमध्ये या शोधाचा सर्रास वापर होऊ लागला.

त्यांच्या या अद्वितीय यशामुळे १९०८ मध्ये मद्रास येथे भरलेल्या भारतीय औद्योगिक काँग्रेसच्या वार्षिक अधिवेशनाच्या वेळी त्यांना सन्माननीय पाहुणे म्हणून बोलावण्यात आले. इतरही कित्येकजणांना त्यामुळे त्यांच्या कामात उत्सुकता वाटू लागली. श्री. गोपाळ कृष्ण गोखले आणि दादाभाई नौरोजी यांनी केलेल्या वैयक्तिक विनंतीवरून सर रतन टाटांनी भिसे यांच्या कार्याला आर्थिक मदत करण्याचे कबूल केले. १९१० मध्ये भिसे यांच्या संशोधनाला आर्थिक मदत करणारी टाटा-भिसे संशोधन संस्था अस्तित्वात आली.

भिसे यांचे पुढचे संशोधन म्हणजे फिरती अनेक अक्षरे बनवणारे यंत्र (Rotary Multiple Type Caster). हे स्वयंचलित यंत्र एका मिनिटाला ३००० अक्षरे पाडून जुळणी करत असे. त्या वेळी उपलब्ध असलेल्या तसल्याच युरोपियन यंत्रांपेक्षा हे काम कितीतरी अधिक होते.

दुर्दैवाने या संशोधनात त्यांना पुढे प्रगती करता आली नाही आणि त्यांना अनेक अडचणीही सहन कराव्या लागल्या.

भिसे यांचे लक्षही त्या वेळी दुसऱ्या कशात तरी गुंतले होते. सर्व आकाराच्या अक्षरांना चालेल असा साचा त्या वेळी अक्षरे जुळवणाऱ्यांना

उपलब्ध नव्हता. या विषयावर अभ्यास करून १९१४ मध्ये भिसे यांना असा साचा बनवण्यात यश आले. ब्रिटन आणि अमेरिकेतील छपाईविषयक नियतकालिकांनीसुद्धा नोंद घेतली असा हा विशेष शोध होता.

पहिल्या महायुद्धाच्या वेळी काही काळापुरती भिसे यांनी अमेरिकेला भेट दिली होती. तिथे त्यांची भेट प्रसिद्ध भारतीय पुढारी लाला लजपत राय यांच्याशी झाली. त्यांनी भिसे यांना त्यांचे संशोधन करण्यासंबंधी प्रोत्साहन दिले. अमेरिकेत, युनिव्हर्सल टाइप कास्टर कॉर्पोरेशनच्या विनंतीवरून भिसे यांनी फक्त तीन दिवसांत एक नवीन यंत्र बनवून दिले. लेड्स आणि रूळ बनवणारे एक यंत्रही त्यांनी तिथे असताना शोधून काढले. या नव्या यंत्राचे फक्त २५० भाग होते. त्याच प्रकारच्या ब्रिटिश आणि अमेरिकन यंत्रांमध्ये यापेक्षा कितीतरी जास्त सुटे भाग वापरलेले असत. 'सायंटिफिक अमेरिकन'मध्ये छापलेल्या एका लेखावरून भिसे यांच्या शोधांवरची अमेरिकन लोकांची प्रतिक्रिया समजते. त्यात म्हटले होते, 'भारताने विज्ञान, साहित्य आणि कलाक्षेत्रात नेत्रदीपक यश मिळवले आहे; पण संशोधनाच्या रूपाने आतापर्यंत भारताने फारच अल्प योगदान दिले आहे. जगाचे आत्तापर्यंतचे मत काहीही असले तरी श्री. भिसे यांच्या कार्यामुळे बरेच भ्रम नाहीसे झाले आहेत.'

१९२० मध्ये भिसे यांनी न्यू यॉर्कमध्ये **'भिसे आयडियल टाइप कास्टिंग कॉर्पोरेशन'** सुरू केले. अक्षरे बनवणारी आणि लेड्स आणि रूळ बनविणारी यंत्रे बनवून विकणे हा त्यांचा हेतू होता. या कामासाठी त्यांनी ८०००० डॉलर्स खर्च केले. त्यांचे प्रयत्न वाया गेले नाहीत. अमेरिकेतील लिनोटाइप कंपनीच्या मिस्टर डब्ल्यू. ऑकरमन यांनी भिसे यांच्याबद्दल पुढील उद्गार काढले आहेत. ते म्हणतात, 'पुष्कळ वर्षे अक्षर-यंत्र शोधणाऱ्यांचे स्वप्न असलेला एक मोठा प्रश्न भिसे यांनी सोडवला आहे.'

अक्षरे बनवणारी यंत्रे शोधण्याखेरीज भिसे यांना रसायनशास्त्र आणि विद्युतशास्त्रातही रस होता. या क्षेत्रातील त्यांचा पहिला शोध म्हणजे 'रोला' नावाची कपडे धुण्याची पावडर. ही घटना १९१७ मधील आहे. या संशोधनाचे सर्व हक्क त्यांनी एका इंग्लिश फर्मला विकले. हवेपासून निरनिराळे वायू वेगळे करणारे एक विद्युत उपकरणही

त्यांनी शोधले होते. विद्युत क्षेत्रातील त्यांचा दुसरा शोध म्हणजे सूर्यप्रकाशाचे थेट विद्युत ऊर्जेत रूपांतर करणारे एक इंजिन होते. तारायंत्रांच्या साहाय्याने (telegraphically) छायाचित्र पाठवण्यासाठीही त्यांनी एक पद्धत शोधली होता; पण आर्थिक अडचणींमुळे ही कल्पना ते बाजारात आणू शकले नाहीत.

या सर्व शोधांखेरीज भिसे यांनी 'अटोमिडिन' नावाचे एक औषधही शोधले होते. पहिल्या महायुद्धात या औषधाचा खूप वापर केला गेला; परंतु भारतामध्ये फर्म काढून या औषधाचे उत्पादन करण्याची त्यांची इच्छा फलद्रूप झाली नाही.

या आणि अशाच अनेक वैशिष्ट्यपूर्ण कामगिरीमुळे अमेरिकन लोक भिसे यांना 'भारताचे एडिसन' म्हणत असत. त्यांचा सर्व धर्मांच्या एकात्मतेवर आत्यंतिक विश्वास होता. धार्मिक द्वेषभावनेची त्यांना अतिशय चीड होती. भिसे यांनी जवळजवळ २०० शोध लावले. त्यांपैकी सुमारे ४० शोधांसाठी त्यांनी पेटंट्स घेतली. न्यू यॉर्क येथे ७ एप्रिल १९३५ रोजी वयाच्या अडुसष्टाव्या वर्षी त्यांचा मृत्यू झाला.

– जे. बी. कुलकर्णी

अबोल शास्त्रज्ञ
देवेंद्र बोस

मितभाषी, कोणतीही गोष्ट गृहीत न धरणारे, शांतपणे काम करणारे आणि देखण्या व्यक्तिमत्त्वाचे असे देवेंद्र मोहन बोस यांना ओळखणारे लोक त्यांचे वर्णन करीत, परंतु आज मात्र त्यांची माहिती असणारे कमीच असतील आणि त्यांची आठवण असणारे लोक तर फारच थोडे सापडतील. भारतात सन्मानित झालेले आणि वैश्विक किरण, कृत्रिम रेडिओ उत्सर्ग आणि न्यूट्रॉन भौतिकशास्त्रात केलेल्या मौलिक संशोधनामुळे परदेशात मान्यता पावलेले असे ते शास्त्रज्ञ होते. १९२० मध्ये त्यांनी आयोनायझिंग कणांचा (Ionising) उत्सर्ग शोधण्यासाठी भारतीय बनावटीचा पहिला क्लाउड चेंबर (Cloud Chamber) बांधला होता. नोबेल पारितोषिक मिळवणाऱ्या शोधांच्या अनेक वेळा जवळ जाणारे शास्त्रज्ञ अशी त्यांची आठवण सांगितली जाते.

छोट्या देवेंद्रांच्या मनाला लहानपणीच विज्ञानाचे हे वळण लागण्याला अनेक कारणे होती. त्यांच्या आवतीभोवती अशी कितीतरी नामांकित मोठी माणसे होतीं. देवेंद्राचा जन्म २६ नोव्हेंबर १८८५ रोजी कलकत्ता

येथे झाला. त्यांचे वडील, मोहिनी मोहन बोस हे होमिओपाथिक डॉक्टर होते. अमेरिकेला जाणाऱ्या पहिल्या काही भारतीयांपैकी ते एक होते. त्यांचे चुलते, आनंद मोहन बोस हे केंब्रिजच्या मॅथेमॅटिकल ट्रायपॉसचे पहिले भारतीय रॅंग्लर होते. देवेंद्र मोहनची आई, सुवर्णप्रभा बोस ही सुप्रसिद्ध भौतिक आणि वनस्पती इंद्रिय विज्ञान शास्त्रज्ञ (plant physiology) सर जगदीशचंद्र बोस यांची धाकटी बहीण होती. जे. सी. बोस हे आपल्या बहिणीच्या कुटुंबीयांबरोबरच ६४/१, मेचुआबाझार स्ट्रीटवरील त्यांच्या घरात राहात असत. जे. सी. बोस यांचे जवळचे मित्र सुप्रसिद्ध रसायनशास्त्रज्ञ पी. सी. रे हेदेखील काही दिवस त्या घरात राहात होते.

१९०१ मध्ये हे कुटुंब ९२/३ अपर सर्क्युलर रोड या जागी राहाण्यास गेले. पी. सी. रे हे त्या वेळी ९१, अपर सर्क्युलर रोड येथे राहाण्यास आले होते आणि त्यांनी बंगाल केमिकल अँड फार्मास्युटिकल वर्क्स स्थापन केले होते; त्यामुळे लहान देवेंद्राला नील रतन सरकार, रवींद्रनाथ टागोर, लोकेन पलित, सरलादेवी, चारुचंद्र दत्ता आणि भगिनी निवेदिता यांसारख्या मोठ्या लोकांत वावरण्याची चांगली संधी मिळाली. हे सर्वजण पी. सी. रे यांच्याकडे नियमितपणे येत असत. राजा राममोहन रॉय आणि ब्राह्मो समाजाबद्दल माहिती गोळा करण्यासाठी आलेले प्रसिद्ध स्वीडिश विद्वान एम्. हॅमरग्रेन यांचीही देवेंद्र मोहनांवर छाप पडली.

या सगळ्या गंभीर गोष्टी बाजूला ठेवल्या तर छोट्या देवेंद्राला खेळातसुद्धा खूप रस होता. तो स्वत: एक अष्टपैलू खेळाडू होता. स्पोर्टिंग युनियन क्लबच्या संस्थापकांपैकी तो एक होता आणि १९०५-०६ मध्ये क्लबच्या हॉकी संघाचा कप्तानही होता. प्रेसिडेन्सी कॉलेजचा विद्यार्थी असताना त्याने सायकलिंग, फुटबॉल आणि क्रिकेटमध्ये प्रावीण्य मिळविले होते.

देवेंद्र मोहनचे आयुष्य आणि त्याची कारकीर्द यावर त्याचे मामा जे. सी. बोस यांचा जबरदस्त पगडा होता. देवेंद्रने आपल्या मामांचा संशोधनाचा वारसा चालवण्यासाठी विज्ञानाचे शिक्षण घ्यायचे ही गोष्ट त्याच्या लहानपणी गृहीतच धरली गेली होती; पण मध्येच दैवाने आपली खेळी केली. देवेंद्रचे वडील १९०१ मध्ये वारले. कुटुंबाचे पालनपोषण करण्यासाठी काहीतरी उद्योगधंदा करण्याची जबाबदारी देवेंद्रवर येऊन पडली. १९०२ मध्ये

प्रेसिडेन्सी कॉलेजमधून एफ.ए.ची परीक्षा पास झाल्यावर जे. सी. बोसनी सुचवले की, देवेंद्रने सिबपूरच्या बंगाल इंजिनिअरिंग कॉलेजमध्ये प्रवेश घ्यावा, परंतु तिथला एक वर्षाचा अभ्यास झाल्यानंतर देवेंद्राला जोराचा ताप येऊ लागला; त्यामुळे मलेरियाने दूषित अशा त्या जागेकडे परत न जाण्याचा निर्णय त्याने घेतला.

त्यानंतर त्याने पुण्याच्या इंजिनिअरिंग कॉलेजमध्ये शिकण्याचे ठरवले. त्या हेतूने १९०३ मध्ये त्याने प्रेसिडेन्सी कॉलेजमध्ये बी.एस्सी.च्या तिसऱ्या वर्षाच्या वर्गात प्रवेश घेतला. तिथे भौतिकशास्त्र हा त्याचा प्रमुख विषय होता आणि भूरचनाशास्त्र (Geology) हा दुय्यम. १९०५ मध्ये तो बी.एस्सी. परीक्षा ऑनर्समध्ये उत्तीर्ण झाला आणि १९०६ मध्ये कलकत्ता विद्यापीठाच्या भौतिकशास्त्राच्या एम.ए.च्या परीक्षेत तो प्रथम क्रमांकावर होता. त्यानंतर एक वर्षभर त्याने जी. सी. बोस यांच्या हाताखाली संशोधनाचा विद्यार्थी म्हणून काम केले. त्याच वेळी त्याला मामांच्या वनस्पती इंद्रिय विज्ञानशास्त्रात (plant physiology) चाललेल्या संशोधनात रस वाटू लागला.

पुढच्याच वर्षी म्हणजे १९०७ मध्ये बोस यांना इंग्लंडला जाण्याची संधी मिळाली. तिथे केंब्रिजच्या ख्रिस्त्स कॉलेजमध्ये त्यांना उच्च शिक्षणाचा विद्यार्थी म्हणून प्रवेश मिळाला. सर जे. जे. थॉम्सन यांच्या मार्गदर्शनाखाली तेथील कॅव्हेंडिश प्रयोगशाळेत त्यांनी काही दिवस काम केले. तेथे त्यांना सी. टी. आर. विल्सन यांच्या कामाचे निरीक्षण करण्याची संधी मिळाली. आयोनायझिंग (विद्युत जागृत) कणांचा मार्ग छायाचित्रित करण्यासाठी क्लाउड चेंबरचा कसा वापर करता येईल याचे तंत्र ते विकसित करीत होते. १९१० मध्ये त्यांनी लंडनच्या रॉयल कॉलेज ऑफ सायन्समध्ये प्रवेश घेतला. तेथून १९१२ मध्ये त्यांना A. R. C. S. ची पदविका आणि भौतिकशास्त्रातील प्रथम वर्गातील बी.एस्सी.ची पदवी मिळाली. १९१३ मध्ये कलकत्त्याला परत आल्यावर त्यांनी सिटी कॉलेजमध्ये भौतिकशास्त्राचे प्राध्यापक म्हणून काम करायला सुरुवात केली. त्यानंतर लवकरच म्हणजे १९१४ च्या एप्रिलमध्ये कलकत्ता विद्यापीठात रासबिहारी घोष प्राध्यापक म्हणून नेमणूक झाली. त्याच विभागात सर सी. व्ही. रामन पलित प्रोध्यापक म्हणून काम करीत होते. त्याशिवाय पी. एन. घोष, सत्येंद्रनाथ बोस, मेघनाद साहा आणि एस. के. मित्रांसारखे कितीतरी

विद्वान तिथे उपप्राध्यापक म्हणून होते. लवकरच देवेंद्र मोहनना परदेशात भौतिकशास्त्राच्या उच्च शिक्षणासाठी दोन वर्षांची फिरती घोष शिष्यवृत्ती देण्यात आली. बर्लिन विद्यापीठात प्राध्यापक ई. रेगेनर यांच्याबरोबर त्यांनी काम सुरू केले.

दुर्दैवाने त्याच वेळी पहिले महायुद्ध सुरू झाले आणि बोस काही दिवस जर्मनीतच अडकून पडले. तरी त्यांना प्रा. रेगेनरांच्या हाताखाली त्यांचा अभ्यास सुरू ठेवण्यास परवानगी मिळाली. प्रा. रेगेनरांनी त्यांना नवीन क्लाउड चेंबर बांधण्याचे काम दिले होते. सी. टी. आर. विल्सन यांच्या हाताखाली घेतलेल्या प्रशिक्षणाचा त्यांना येथे उपयोग झाला. हायड्रोजनने भरलेल्या चेंबरमधून वेगाने जाणाऱ्या अल्फा कणांच्या मार्गामध्ये निर्माण होणाऱ्या रिकॉइल प्रोटॉन्सचा मार्ग छायाचित्रित करण्यासाठी त्यांनी विल्सन प्रकारचा सुधारित क्लाउड चेंबर बांधण्यात यश मिळवले; परंतु युद्ध संपेपर्यंत त्यांना त्यांचा पीएच.डी.चा प्रबंध सादर करण्याची परवानगी मिळू शकली नाही.

जर्मनीतल्या वास्तव्यात बोसना मॅक्स प्लँक, अल्बर्ट आइनस्टाईन, रुबेन्स, वॉरबर्ग, हर्ट्झ, मॅक्स बॉर्न आणि इतरांची व्याख्याने ऐकण्याची दुर्मीळ संधी मिळाली. मार्च १९१९ मध्ये बोस यांना बर्लिन विद्यापीठाकडून पीएच.डी. (magna cum laude)ची पदवी मिळाली. तेथून परत आल्यावर त्यांना कलकत्त्यामध्ये त्यांचे घोषपद परत मिळाले. या पदावर पुढे १९३५ पर्यंत त्यांनी काम केले. १९३५ मध्ये सर सी. व्ही. रामन बंगलोरच्या इंडियन इन्स्टिटट्यूट ऑफ सायन्सचे संचालक होण्यासाठी कलकत्त्याहून गेले. त्यांच्या जागी भौतिकशास्त्राचे पलित प्राध्यापक म्हणून डी. एम. बोस आले. सर जे. सी. बोस यांच्या निधनानंतर दोन वर्षांनी १९३८ मध्ये देवेंद्र मोहननी बोस इन्स्टिटट्यूटच्या संचालकपदाची धुरा आपल्या खांद्यावर घेतली. त्यानंतर जवळजवळ ३० वर्षे त्यांनी संस्थेची दुर्मीळ वैशिष्ट्यपूर्ण सेवा केली. १९६७ मध्ये प्रकृतिअस्वास्थ्यामुळे ते त्या पदावरून निवृत्त झाले.

विल्सन क्लाउड चेंबर आणि छायाचित्रणाची मिश्रणे यांच्या साहाय्याने अणूंच्या टकरी आणि त्यांचे तुकडे होण्याच्या प्रक्रियेचा अभ्यास हा डी. एम. बोस यांच्या संशोधनाचा प्रमुख विषय होता. आयोनायझिंग कणांचा मार्ग छायाचित्रित करण्यासाठी सी. टी. आर. विल्सननी

क्लाउड चेंबर तंत्राचा विकास केलेला त्यांनी पाहिला होता. जर्मनीमध्ये त्यांनी स्वत: विकसित केलेल्या सुधारित क्लाउड चेंबरच्या साहाय्याने त्यांना डार्विनचा सिद्धान्त तपासून पाहाता आला. अतिशय वेगाने हलत असलेल्या विद्युतभारित कण आणि रेणूंच्या टकरीबाबत हा सिद्धान्त होता. डेल्टा (delta) कणांचाही त्यांनी थोडा अभ्यास केला.

कलकत्त्याला परत आल्यावर बोस यांनी भारतीय बनावटीचा क्लाउड चेम्बर बांधला. अल्फा (alpha) कणांच्या उत्सर्ग प्रक्रियेमध्ये रेडिओ ॲक्टिव्ह केंद्रकांच्या रिकॉइल मार्गांची त्यांनी छायाचित्रे घेतली. त्याच वेळी अल्फा कणांशी होणाऱ्या टकरीतून हेलियमच्या अणूपासून उत्सर्जित होणाऱ्या दोन आयोनायझिंग इलेक्ट्रॉन मार्गांचीही छायाचित्रे घेतली. त्यांपैकी एका छायाचित्रात नायट्रोजन केंद्रकाचे तुकडे होण्याची प्रक्रिया दिसते असे नंतर लक्षात आले. त्यानंतर काही दिवसांनी नोबेल पारितोषिक जिंकणारे पी. एम. एस. ब्लॅकेट यांनी स्थिर अणुकेंद्रकाचे अल्फा कणांच्या भडिमाराने कसे तुकडे करता येतात त्याचा शोध लावला.

१९३८ मध्ये बोस यांनी बोस इन्स्टिटट्यूटमध्ये काम करायला सुरुवात केली. तिथे असताना त्यांनी छायाचित्रणासाठी वापरल्या जाणाच्या द्रव मिश्रणाचे तंत्र वापरून वैश्विक किरणांच्या आयोनायझिंग कणांच्या मार्गाचा अभ्यास करायला प्रारंभ केला. त्यांनी या पद्धतीने म्यू मेसन्सचे (mu mesons) वस्तुमान निश्चित केले. त्यांच्या सहाध्यायी बिभा चौधरी १९४५ मध्ये इंग्लंडला गेल्यामुळे हे काम अर्धवट राहिले. काही दिवसांनी सेसिल फ्रँक पॉवेल या ब्रिटिश भौतिकशास्त्रज्ञाने अशी सुधारित मिश्रणे बनवण्यात यश मिळवले. याच क्षेत्रातील केलेल्या संशोधनाबद्दल १९५० मध्ये पॉवेलना भौतिकशास्त्राचे नोबेल पारितोषिक देण्यात आले. काही काळाने ते बोस इन्स्टिटट्यूटमध्ये एका व्याख्यानासाठी आले होते. या व्याख्यानामध्ये त्यांनी, बोस यांनी त्यांच्या आधी केलेले कार्य आणि चौधरींचे म्यू मेसन्ससंबंधी काम यांचा कृतज्ञतेने उल्लेख केला.

सर जगदीश चंद्र बोस यांनी केलेल्या वनस्पती इंद्रिय विज्ञानातील संशोधनाचा प्रा. बोस यांनी खास अभ्यास केला. बाहेरील चेतकाला (stimulus) वनस्पती प्रतिसाद देतात हे सर जे. सी. बोस यांनी दाखवून

दिले होते. वनस्पतींमधील ही चेतना आणि त्याला यांत्रिक प्रतिसाद यामध्ये काही जीवरासायनिक प्रक्रिया होत असाव्यात असे डी. एम. बोस यांनी सुचवले. वनस्पतींच्या इंद्रियांच्या यांत्रिक प्रतिसादामधील ऊर्जेचा स्रोत यासंबंधी त्यांनी संशोधनाला सुरुवात केली. यामध्ये डेस्मोडियम गायरॅन्सच्या (Desmodium gyrans) पानांच्या उत्स्फूर्त स्पंदनाचाही समावेश होता.

युनिव्हर्सिटी कॉलेज ऑफ सायन्समध्ये भौतिकशास्त्राचे प्राध्यापक आणि बोस इन्स्टिटट्यूटचे संचालक अशा दोन्ही पदांवर काम करीत असताना डी. एम. बोस यांनी शास्त्रज्ञांची एक पिढीच्या पिढीच प्रशिक्षित केली. त्यांना प्रेरणा दिली. आपल्या कारकिर्दीत त्यांनी अनेक संशोधन शाखांचा आरंभ केला. कॉम्प्टन-बेनेट प्रकारचा आयोनायझेशन चेंबर वापरून वैश्विक किरणांच्या काळातील फरक आणि उंचीवरील अवलंबन मोजले जात असे. सौर उद्रेक आणि चुंबकीय वादळे यामुळे वैश्विक किरणांच्या तीव्रतेत अचानक बदल होतात असे लक्षात आले होते. प्रा. बोस यांच्या मार्गदर्शनाखाली बोस इन्स्टिटट्यूटमध्ये अणुभौतिकशास्त्रातील अभ्यासासाठी १४.५ Mev न्यूट्रॉन जनित्र बांधण्यात आले होते. ते व्यवस्थित कामही करीत असे. भारतामध्ये बसवलेले अशा प्रकारचे हे पहिलेच उपकरण होते.

"अफाट विद्वत्ता आणि विविध विषयांत रस असलेले बोस हे अतिशय मितभाषी आणि शांतपणे आपले काम करणारे असे होते." हे मत प्रा. बोस यांचे सहाध्यायी एस. डी. चटर्जी यांनी व्यक्त केले होते. "त्यांनी जनतेच्या कौतुकाची हाव टाळली तसेच मिळत असलेल्या सत्तेचा लाभ घेणेही टाळले. त्यांचा स्वभाव आणि तडजोडीला तयार नसलेली तत्त्वे यांचे कौतुक करावे तेवढे थोडेच आहे."

बालपणीच अनेक मोठ्या सांस्कृतिक दिग्गजांना भेटण्याची संधी मिळाल्यामुळे बोस यांना सामाजिक आणि सांस्कृतिक कार्यात बराच रस निर्माण झाला होता. सिटी कॉलेजच्या आणि साधारण ब्राह्मो समाजाच्या व्यवस्थापनात ते उत्साहाने काम करीत असत. विश्वभारती विद्यापीठामध्ये त्यांनी १८ वर्षे मानद खजिनदार म्हणून काम केले. विज्ञानाच्या इतिहासात प्रा. बोस याना खूप रस होता. इंडियन नॅशनल सायन्स ॲकॅडमी (INSA)च्या 'अ कन्साइज हिस्टरी ऑफ सायन्स ऑफ

इंडिया' या पुस्तकाच्या प्रमुख संपादकांपैकी ते एक होते. INSAने प्रसिद्ध केलेल्या 'इंडियन जर्नल ऑफ हिस्टरी ऑफ सायन्स' या पुस्तकाचेदेखील ते मुख्य संपादक होते.

प्रा. बोस यांना दूरवर चालत फिरायला जाण्याची सवय होती; परंतु जर्मनीमध्ये असताना त्यांना संधिवाताचा त्रास सुरू होऊ लागला; त्यामुळे त्यांचे फिरायला जाणे बंद झाले. तरीही बोस इन्स्टिट्यूट ते घर आणि परत अशा दिवसभरात त्यांच्या कितीतरी फेऱ्या होत असत. अखेरीस प्रकृतिअस्वास्थ्यामुळे त्यांना इन्स्टिट्यूटमधून निवृत्त व्हावे लागले. २ जून १९७५ च्या पहाटे त्यांचे निधन झाले.

– एच. जे. खान

'नाव' कमावणारा विद्वान

अर्दासीर करसेटजी

जनतेची स्मृती ही अस्थिर असते. तिच्या बेपर्वा वृत्तीचा एक बळी म्हणजे मुंबईतील एक मरीन इंजिनिअर (Marine Engineer) अर्दासीर करसेटजी (१८०८-१८७७). २७ मे १८४१ रोजी ते रॉयल सोसायटीचे पहिले भारतीय फेलो (Fellow) झाले. प्रसिद्ध गणितज्ञ एस. रामानुजन यांना त्यानंतर जवळजवळ ७५ वर्षांनी हा बहुमान मिळाला.

जहाज बांधणीच्या क्षेत्रात ब्रिटिशांची कित्येक वर्षे सेवा केलेल्या कुटुंबामध्ये करसेटजींचा जन्म झाला. त्या कुळातील मूळपुरुष लोवजी नसरवानजी (वाडिया) हे सुरत गोदीमध्ये सुतार म्हणून काम करीत असत. तेथून त्यांना मुंबईला गोदी बांधण्यासाठी आणण्यात आले. मलबारचे सागाचे लाकूड आणि तद्देशीय सुतारांचे काम या दोन्ही गोष्टींना त्या वेळी खूप मागणी होती; त्यामुळे मुंबई हे जहाज बांधणीचे एक प्रमुख केंद्र झाले. जहाज बांधणीमुळे या कुटुंबाला खूप प्रतिष्ठा मिळाली. सरकारनें या कुटुंबाला रजतदंड, शाली आणि पदव्या तर दिल्याच; पण इनामाच्या जहागिरीही बहाल केल्या.

परंतु लवकरच हे चित्र बदलणार होते. करसेटजींचा जन्म आणि नौकानयनामध्ये वाफेच्या इंजिनाचा वापर या दोन्ही गोष्टी १९ व्या शतकाच्या सुरुवातीला योगायोगाने जवळजवळ एकाच वेळी झाल्या. साहजिकच करसेटजींना जहाज बांधणीपेक्षा वाफेवर चालणाऱ्या यंत्रांमध्ये जास्त रस होता; त्यामुळे अनेक उत्तमोत्तम जहाजे बांधण्याच्या कामावर देखरेख करण्याचे काम त्यांनी सोडले. वाफेवर चालणाऱ्या यंत्रांचा अभ्यास आणि फाउंड्रीचा व्यवसाय करता यावा म्हणून ते टांकसाळीत इंजिनिअर म्हणून रुजू झाले.

लवकरच एक अश्वशक्तीचे इंजिन बनवून त्यांनी ते आपल्या जागेमध्ये बसवले. अशा तऱ्हेने त्यांनी आपली पात्रता दाखवून दिली. हे इंजिन एका छोट्या कारंज्याला लागणारे पाणी विहिरीतून वर खेचत असे. भारतात बनवलेले हे पहिलेच इंजिन होते आणि एका दशकानंतरही ते उत्तम रितीने काम करीत होते. १८३३ मध्ये करसेटजींनी इंग्लंडमधून १० अश्वशक्तीचे एक जहाजाचे इंजिन मिळवले. हे त्यांनी इंडस (Indus) नावाच्या एका गलबतावर बसवले. हे इंजिन आणि गलबत या दोन्हीसाठी त्यांच्या वडिलांनी त्यांना पैसे पुरवले. चार वर्षांपूर्वी बांधलेल्या **हू लिंडसे** या जहाजानंतर मुंबईत बांधले गेलेले **इंडस** हे दुसरे वाफेवर चालणारे जहाज (स्टीमर-steamer) होते, तेव्हाच्या मुंबई सरकारने नंतर ते विकत घेतले. करसेटजींचे प्रयत्न वाया गेले नाहीत. १८३३ च्या ऑक्टोबरमध्ये माझगावला त्यांची साहाय्यक बिल्डर म्हणून नेमणूक झाली. मरीन व्यवस्थापकांच्या खास शिफारशीवरून हे पद तातडीने निर्माण करण्यात आले होते.

करसेटजींनी आपल्या निवासस्थानी एक छोटीशी खासगी फाउंड्री चालवली होती. ती निःसंशयपणे फायद्यात चालली होती. तिथे त्यांनी वेगवेगळ्या जहाजांसाठी रॉट-आयर्नपासून टाक्या बनवल्या होत्या. त्यांपैकी कित्येक टाक्या ५००० गॅलनपेक्षा जास्त क्षमतेच्या होत्या.

त्यांचे इंजिनिअरिंगमधील आणखी कर्तृत्व म्हणजे गॅसपासून प्रकाश मिळवणारी उपकरणे बनवणे. वायूचा वापर करून त्यांनी आपला बंगला आणि माझगावमधील बाग १८३४ पर्यंत प्रकाशित करून टाकल्या. राज्यपालांनी करसेटजींच्या निवासस्थानाला भेट देऊन त्यांना मानाचा पोशाख दिला. त्याहून अधिक महत्त्वाचे म्हणजे त्यांनी ही गोष्ट

कोर्ट ऑफ डायरेक्टर्सच्या लक्षात आणून दिली.

लवकरच नव्याने स्थापन झालेल्या एल्फिन्स्टन संस्थेला करसेटजींच्या अर्धवेळ सेवेची गरज भासू लागली. तिथे गणित, खगोलशास्त्र आणि नैसर्गिक तत्त्वज्ञान शिकवण्यासाठी एक ब्रिटिश प्राध्यापक होते; पण प्रत्यक्ष व्यवहारातील विज्ञान शिकवण्यासाठी कोणीच नव्हते. करसेटजींना खास करून यांत्रिकी आणि रासायनिक विज्ञान तद्देशीयांना शिकवण्यासाठी नेमण्यात आले. तीन वर्षांनंतर इंग्लंडच्या रॉयल एशियाटिक सोसायटीचे अनिवासी सभासद म्हणून ते निवडून आले.

मरीन वाफेच्या इंजिनांचे आपले ज्ञान पूर्णत्वास नेण्यासाठी लवकरच करसेटजींनी एक वर्षासाठी इंग्लंडला जायचे ठरवले. त्यांनी सरकारी परवानगी मिळवली होती; परंतु त्यांचे मुंबईतून बाहेर पडणे नियोजित वेळेपेक्षा बरेच लांबले. प्रथम त्यांनी राज्यपालांना आपल्याबरोबर इंग्लंडला येण्यासाठी विचारले. राज्यपालांशी असलेल्या संबंधांबाबतचा करसेटजींचा अंदाज बहुतेक चुकीचा निघाला. त्यांनी विनयपूर्वक करसेटजींना नकार दिला. ही अनादराची वागणूक पचवण्यासाठी करसेटजींनी चीनची वारी केली. नंतर त्यांना सरकारी जहाजातून फुकट प्रवासाची संधी आली; पण अचानक आजारपणामुळे त्यांना ती सोडावी लागली. शेवटी एक वर्षांनंतर प्रवासाचे १००० रुपयांचे तिकीट काढून त्याच जहाजातून ते रवाना झाले.

पारशी लोकांनी शिजवलेले अन्नच ते ग्रहण करीत असल्यामुळे त्यांनी आपल्या नोकरालाही बरोबर नेले. पारशी नसलेल्यांबरोबर ते एका टेबलावरदेखील कधी बसत नसत. इंग्लंडमध्ये त्यांनी एकदा कोर्ट ऑफ डायरेक्टर्सच्या दानशूरतेला आवाहन करून आपल्या मानाला योग्य असा खर्च करण्यासाठी निर्वाह भत्त्याची मागणी केली.

त्यांच्या सुदैवाने मुंबईच्या मासिक ७९ रुपये पगाराच्या वर त्यांना दिवसाला १ पौंड भत्ता मंजूर झाला. द टाइम्सचे मालक मि. वॉल्टर यांनी त्यांना काही दिवस आपल्याकडे राहायला बोलावले असताना त्यांनी आपल्या नोकरांना बरोबर नेण्याचा आग्रह धरला. त्यावरून या खास भत्त्याची त्यांना आत्मसन्मानासाठी खरोखरच गरज होती असे दिसतं.

धर्माच्या बाबतीत करसेटजी कडवे परंपरावादी होते. पारशांची

पारंपरिक टोपी घालण्याचा शिष्टसंमत आचार इंग्लंडमध्ये न पाळणाऱ्या तरुण पारशांचा त्यांना राग येत असे. एवढे पुराणमतवादी असूनसुद्धा त्यांचा इंग्लंडमधील मुक्काम कंटाळवाणा झाला नाही, असे त्यांच्या दैनंदिनीवरून स्पष्ट दिसते. वाफेच्या इंजिनाच्या अभ्यासाशिवाय त्यांनी इतरही पुष्कळ गोष्टी तिथे केल्या. अफूच्या (ओपियमच्या) प्रश्नावर पुरावा देण्यासाठी त्यांना हाउस ऑफ कॉमन्स कमिटीच्या एका सभेला निमंत्रित करण्यात आले. त्यांनी कंपनीच्या ओपियम धोरणाच्या विरुद्ध भाषण केले. त्यात त्यांनी मोठ्या समाधानाने सांगितले की, त्यांच्या पुराव्याला 'भारताचे थोर मित्र' सर चार्ल्स फोर्ब्स यांची मंजुरी होती.

हे सगळे उद्योग करूनदेखील त्यांच्यावर लंडनचा फारसा प्रभाव पडला नाही. तेथील राजेशाही टांकसाळ ही त्यांना मुंबईच्या टांकसाळीपेक्षा कितीतरी कमी दर्जाची वाटली. तिथले टॅक्सीचालक दिवाळखोर आणि लुच्चे वाटले आणि लंडनच्या 'घाणेरड्या रस्त्यां'ची मुंबईच्या रस्त्यांशी तुलना करून त्यांनी त्यांच्यावर कडक टीका केली.

व्यावसायिकदृष्ट्या मात्र करसेटजींचा इंग्लंडमधील मुक्काम यशस्वी ठरला. ते इन्स्टिट्यूशन ऑफ सिव्हिल इंजिनिअर्सचे सहाधिकारी (associate) झाले. सोसायटी ऑफ आर्ट्स् अॅन्ड सायन्सचे सभासद झाले आणि विज्ञानाच्या प्रगतीसाठी असलेल्या ब्रिटिश असोसिएशनच्या यांत्रिक विभागाचेही सभासद झाले. कंपनीच्या मुंबई येथील स्टीम फॅक्टरी आणि फाउंड्रीमध्ये त्यांची मुख्य इंजिनिअर म्हणून नेमणूक झाली. हे करित असताना कोर्ट ऑफ डायरेक्टर्सने त्यांच्या शिफारसपत्रांची नोंद करून त्याला मंजुरी दिली. या पदावर त्यांना मासिक ६०० रुपये पगार होता. ही रक्कम साहाय्यक बिल्डर म्हणून त्या वेळी असलेल्या त्यांच्या पगाराच्या सातपटीपेक्षाही जास्त होती.

इंग्लंडमध्ये असताना सन्माननीय अशा रॉयल सोसायटीच्या फेलोशिपसाठी करसेटजींचे नाव सुचवण्यात आले. समाजातील वजनदार व्यक्तींनी त्यांचे नाव सुचवले होते. त्यामध्ये इन्स्टिट्यूशन ऑफ सिव्हिल इंजिनिअर्सचे त्या वेळी असलेले अध्यक्ष आणि दोन भावी अध्यक्ष, ईस्ट इंडिया कंपनीचे भावी चेअरमन आणि रॉयल सोसायटीचे भावी अध्यक्ष यांचा समावेश होता. ही १८४१ सालातली घटना आहे.

१९१८ मध्ये रामानुजन जेव्हा सोसायटीचे फेलो म्हणून निवडून

आले तोपर्यंत सोसायटीची प्रतिमा 'प्रसिद्ध शास्त्रज्ञांची संस्था' म्हणून तयार झाली होती; पण आधीच्या शतकातील सुरुवातीच्या दशकांमध्ये रॉयल सोसायटी ही नैसर्गिक इतिहासामध्ये उत्सुकता असणाऱ्या सद्गृहस्थांचा क्लब असल्यासारखी होती. गणित, अभियांत्रिकी किंवा प्रायोगिक तत्त्वज्ञानाच्या निरनिराळ्या शाखांमध्ये प्रावीण्य मिळवलेल्या व्यक्ती या संस्थेच्या सभासद होत्या. संस्थेच्या त्या वेळच्या सोसायटीच्या सर्वमान्य नियमांच्या भाषेत करसेटजींचे वर्गीकरण वैशिष्ट्यपूर्ण इंजिनिअर आणि विज्ञानाची आवड असलेला, विज्ञानाचा प्रचार करायला उत्सुक असलेला सभासद असे करता येईल.

करसेटजींची रॉयल सोसायटीची फेलोशिप ही पूर्णपणे त्यांच्या खासगी प्रतिष्ठेची बाब राहिली. त्यांना व्यावसायिक कारकिर्दीच्या प्रगतीसाठी फेलोशिपचा काहीही उपयोग झाला नाही किंवा भारतातील लोकांवरही तिचा काही प्रभाव पडला नाही. मध्यंतरी ते मुंबईला परतले. युरोपियन लोकांचे वरिष्ठ अधिकारी होणारे पहिले भारतीय म्हणून १ एप्रिल १८४१ मध्ये ते आपल्या नवीन कामावर रुजू झाले. त्यांच्या हाताखाली काम करणाऱ्यांमध्ये एक मुख्य साहाय्यक, चार युरोपियन फोरमेन, शंभर युरोपियन इंजिनिअर्स आणि बॉइलर मेकर्स आणि सुमारे दोनशे तद्देशीय कुशल कारागीर होते; त्यामुळे बरेच युरोपियन मत्सराने पेटून उठले. या वसाहतवादी शासकांच्या बाजूने असणाऱ्या **द बॉम्बे टाइम्स** या वृत्तपत्राने या नेमणुकीविषयी तीव्र नापसंती दाखवली. त्यांनी लिहिले होते, ''कितीही समर्थ किंवा शिकलेला असला तरी एका एतद्देशियाच्या लायकीविषयी, कार्यक्षमतेविषयी आम्हाला शंका आहे. बॉम्बे स्टीम फॅक्टरीसारख्या संस्थेमध्ये युरोपियन लोकांना मार्गदर्शन करणे, त्यांच्यावर देखरेख करणे आणि नियंत्रण ठेवणे त्यांना जमेल असे वाटत नाही.''

युरोपियनांना मार्गदर्शन करण्यासाठी एका भारतीयाची नेमणूक करणे कितपत योग्य आहे याबाबतच्या वादविवादाचा विचार केला तर करसेटजी आपल्या कामात चांगलेच यशस्वी झाले होते. त्यांनी अमेरिकेला भेट दिली आणि मुंबईला पाठवण्यासाठी लाकूड कापणाऱ्या यंत्रांची निवड केली.

१८५१ च्या फेब्रुवारी महिन्यात करसेटजींनी लोवजी फॅमिली या

नावाच्या एका ८० टनी स्टीमरचे उद्घाटन केले. या जहाजाचे वैशिष्ट्य म्हणजे यातील प्रत्येक सुटा भाग अर्दासीर करसेटजींच्या निवासस्थानी असलेल्या त्यांच्या स्वतःच्या फाउंड्रीत भारतीय पद्धतीने बनवला गेला होता. मुंबईमध्ये शिवणयंत्र, छायाचित्रण आणि इलेक्ट्रोप्लेटिंग यांची सुरुवात त्यांनी केली. नोकरी करत असतानाच १८५५ मध्ये 'जस्टिस ऑफ पीस' म्हणून त्यांची नेमणूक झाली. यावरून त्यांनी मिळवलेल्या यशाची कल्पना येते.

एवढे यश मिळवूनदेखील वास्तवात ते अज्ञात राहिले ही खरोखरच आश्चर्यकारक गोष्ट आहे. डी. एफ. कराका यांनी १८८४ मध्ये **हिस्टरी ऑफ द पारसीज्** हे दोन भागांत लिहिलेले पुस्तक प्रसिद्ध केले. त्यात देखील १७ पाने त्यांच्या कुटुंबाची माहिती देण्यात खर्च केली आहेत; पण त्यांच्याबद्दल मात्र काहीही उल्लेख नाही.

करसेटजींच्या या अप्रसिद्धीचे कारण कदाचित त्या वेळी मुंबईमध्ये विज्ञानाच्या क्षेत्रात कोणाला विशेष रस नव्हता हे असू शकेल. निदान कलकत्त्यामध्ये या क्षेत्रात जे अग्रणी होते त्यांना तरी नव्हता; त्यामुळे भारताचा हा पहिला आधुनिक इंजिनिअर देशबांधवांसाठी आदर्श उदाहरण तर बनू शकला नाहीच; पण ऐतिहासिक उत्सुकता म्हणूनही तो कोणाच्या लक्षात राहिला नाही. निदान आता तरी आपण त्यांच्या स्मृतीला योग्य न्याय देऊ या.

— **राजेश कोचर**

कॉलरा नियंत्रक

शंभू डे

मळलेली पाऊलवाट सोडून नवे शोध लावणारे आणि तरीही आयुष्यात प्रसिद्धीची अपेक्षा न ठेवणारे असे फारच थोडेजण विज्ञानाच्या इतिहासात आढळून येतात. शंभू नाथ डे हे असे एक व्यक्तिमत्त्व होते. त्यांच्या क्रांतिकारक शोधांमुळे कॉलरा या धोकादायक रोगाबद्दलच्या आपल्या ज्ञानात भर पडली; पण स्वत:च्याच देशातदेखील कुठल्याही प्रकारचे गुणगान न होता आणि सन्मान न मिळता त्यांचा अंत झाला. काही वर्षांपूर्वीपर्यंत भीतिदायक वाटत असलेल्या कॉलऱ्याला आता घाबरण्याचे कारण उरले नाही याचे बरेच श्रेय डे यांना जाते. त्यांच्या कार्यामुळे कॉलरा संशोधनात एक नवीन युग सुरू झाले आणि या रोगाविरुद्ध तोंडाने घ्यावयाची औषधे उपलब्ध झाली.

कॉलरा हा व्हिब्रिओ कॉलेरे (Vibrio cholerae) नावाच्या एका जीवाणूमुळे होतो. हा शोध सुमारे १०० वर्षांपूर्वी १८८४ मध्ये जर्मन इंद्रिय विज्ञानशास्त्रज्ञ रॉबर्ट कोख (Koch) यांनी लावला होता. हा रोग पाण्यातून पसरतो हेही त्यांनी दाखवून दिले होते; पण या जीवाणूमुळे

या रोगाची विशिष्ट लक्षणे- भाताच्या पेजेसारखे अनियंत्रित जुलाब- कशी निर्माण होतात हे कोखना समजू शकले नाही. परिणामत: या रोगाचा प्रसार थांबवण्यासाठी त्या वेळी केले जाणारे उपाय म्हणजे सांडपाण्याचा जास्त चांगल्या प्रकारे निचरा आणि सार्वजनिक आरोग्याबाबत घेतली जाणारी काळजी. त्यानंतर १९५९ मध्ये म्हणजे कोखच्या कॉलऱ्याच्या कारणाच्या शोधानंतर ७५ वर्षांनी एस. एन. डे यांनी कॉलरा प्रतिविषाचा शोध लावला. या प्रतिविषामुळे (Cholera Toxin) कॉलऱ्याची हुबेहूब लक्षणे निर्माण होत असत. त्यांनी सशाच्या आतड्यामध्ये कृत्रिमरीत्या ही लक्षणे निर्माण होण्यासाठी एक अभिनव तंत्र वापरले. या प्रयोगातून त्यांनी दाखवून दिले की, कॉलऱ्याचे खरे कारण हे त्याचा जीवाणू नसून तो सोडत असलेला एक्सोटॉक्सिन या नावाचा एक विषारी पदार्थ आहे. या शोधामुळे कॉलऱ्यावरील संशोधनाला एक नवीन क्षेत्र खुले झाले आणि त्यावर नियंत्रण करणाऱ्या शक्यतांमध्येही वाढ झाली.

कलकत्त्याच्या उत्तरेला ४० किलोमीटरवरील हुगळी नदीच्या पश्चिम किनाऱ्यावर गरिबती नावाचे एक लहानसे खेडे आहे. शंभू नाथ डे यांचा जन्म या खेड्यात झाला. स्थानिक शाळेतून शालेय शिक्षण पूर्ण केल्यानंतर त्यांनी हुगळी मोहसिन कॉलेजमध्ये प्रवेश घेतला. पुढे इंटर सायन्सच्या परीक्षेत शिष्यवृत्ती मिळवल्यानंतर ते कलकत्ता वैद्यकीय महाविद्यालयात गेले. तिथे असताना पॅथॉलॉजी आणि जीवाणूशास्त्राचे प्राध्यापक एम. एन. डे यांच्या लक्षात शंभू नाथांचे उपजत कौशल्य आले. या तरुणाच्या स्वभावाचा आणि काम तडीस नेण्याच्या प्रवृत्तीचा प्रा. डे यांच्यावर चांगलाच प्रभाव पडला.

१९३९ मध्ये एम.बी.ची परीक्षा उत्तीर्ण झाल्यानंतर १९४२ मध्ये त्यांनी उष्ण कटिबंधातील वैद्यकशास्त्राच्या पदविकेचा अभ्यास सुरू केला. त्याच वर्षी त्यांनी कलकत्ता वैद्यकीय महाविद्यालयात पॅथॉलॉजीच्या दुय्यम प्राध्यापकाची (Demonstrator) नोकरी पत्करली. इथे त्यांनी प्रा. बी. पी. त्रिवेदींच्या हाताखाली काम सुरू केले. नंतरच्या काही वर्षांत त्यांच्या सहकाऱ्यांनि डे यांनी काही लेख प्रसिद्ध केले.

मध्यंतरी डे यांनी त्यांचे शिक्षक प्रा. एम. एन. डे यांच्या थोरल्या कन्येशी लग्न केले. तोपर्यंत ते कलकत्ता वैद्यकीय महाविद्यालयात

वैद्यकशास्त्राचे प्राध्यापक झाले होते. प्रा. डे यांच्या प्रयत्नाने शंभू नाथ इंग्लंडला गेले. १९४७ मध्ये त्यांनी लंडन येथील युनिव्हर्सिटी कॉलेज हॉस्पिटल मेडिकल स्कूलमध्ये प्रवेश घेतला. तेथे पीएच.डी.चे विद्यार्थी म्हणून त्यांनी प्रा. जी. आर. कॅमेरॉन FRS (नंतरचे सर रॉय कॅमेरॉन) यांच्या हाताखाली काम करायला सुरुवात केली. १९४९ मध्ये त्यांना लंडन विद्यापीठाची पीएच.डी. पदवी मिळाली.

त्यानंतर लवकरच डे कलकत्त्याला परतले; पण आता ते पूर्ण बदलले होते. त्यांचे एक जवळचे सहाध्यायी जे. के. सरकार त्यांची एक आठवण सांगतात. "त्यांना विद्यार्थिदशेपासून ओळखत असलेल्या आम्हा काहीजणांना त्यांच्यातील या पूर्ण परिवर्तनाचे फार आश्चर्य वाटले. संशोधनाकडे पाहाण्याचा त्यांचा दृष्टिकोन त्यांच्यासाठी आता योगासारखा झाला होता." सरकारांच्या म्हणण्याप्रमाणे कलकत्ता वैद्यकीय महाविद्यालयात असतानाच डे यांनी कॉलऱ्याच्या पॅथोजेनेसिसवर प्रायोगिक काम सुरू केले. त्यानंतर ते निलरतन सरकार वैद्यकीय महाविद्यालयात पॅथॉलॉजीचे प्रमुख झाले. सरकार म्हणतात, "वरवर तरी असे दिसते की, इंग्लंडहून परततानाच डे यांच्या मनात कॉलऱ्यावर संशोधन करण्याचा विचार पक्का झाला असावा. कारण लंडनहून येताना त्यांनी मांजरांचा रक्तदाब मोजण्यासाठी छोटी उपकरणे वगैरे बरोबर आणली होती."

निलरतन वैद्यकीय महाविद्यालयात कामाला सुरुवात केल्यानंतर लवकरच डे यांनी कॉलऱ्यामुळे मूत्रपिंडावर होणाऱ्या परिणामांचा अभ्यास चालू केला. महाविद्यालयाला जोडून असलेल्या इस्पितळात कॉलऱ्याच्या उपचारासाठी येणारे कितीतरी रोगी त्यांना प्रयोगासाठी उपलब्ध होते. १९५० ते १९५५ या काळात त्यांनी या विषयावरील कितीतरी संशोधन लेख प्रसिद्ध केले.

कॉलरा टॉक्सिनची प्रक्रिया कशी होते यावर अधिक प्रकाश टाकण्यात डे यांना जे यश मिळाले त्याला केवळ प्रायोगिक कौशल्यच कारणीभूत नव्हते तर त्यांच्या तीव्र निरीक्षणशक्तीलाही त्याचे श्रेय होते. या त्यांच्या गुणांची झलक पुढील प्रसंगातून दिसते. कलकत्ता मेडिकल क्लब येथे १९८० मध्ये तिसरे डॉ. बी. सी. रॉय मेमोरियल व्याख्यान झाले. त्यातून या महत्त्वाच्या शोधाला कारणीभूत असलेला घटनाक्रम

समजतो. त्यांनी सांगितले, ''कॉलऱ्याच्या क्षेत्रात आम्ही १९५० मध्ये प्रवेश केला. आमच्या पहिल्या प्रयोगात कृत्रिमरित्या वाढविलेले कॉलऱ्याचे वक्राकार, शेपटी असलेले जीवाणू (Vibrio) सशांच्या लहान आतड्याच्या पोकळीत सोडले. त्यासाठी सशांना स्थानीय भूल (Local Anaesthesia) देऊन त्यांची पोटे उघडण्यात आली. या प्राण्यांना जुलाबाचा त्रास झाला नाही; पण ते तीन-चार दिवसांत मेले. रॉबर्ट कोख आणि इतर प्रारंभीच्या शास्त्रज्ञांनी केलेल्या प्रयोगामध्येही हेच घडले होते; पण त्यानंतर केलेल्या या प्राण्यांच्या मरणोत्तर तपासणीमध्ये मोठ्या आतड्यामध्ये सर्वसाधारणपणे आढळून येणाऱ्या अर्धवट घट्ट पदार्थाऐवजी अर्धवट द्रव पदार्थ तयार झालेला दिसला. या पदार्थामध्ये Vibrio cholerae हे कॉलऱ्याचे जंतू मिळाले.''

हे शोध गोंधळात टाकणारे होते; पण डे यांनी आपले प्रयत्न सोडले नाहीत. त्यांनी या घटनेचे असे समर्थन दिले की, लहान आतड्यामध्ये द्राव ओतला जातो. तेथून तो मोठ्या आतड्यात साठून राहातो आणि हगवणीच्या रूपाने बाहेर पडू शकत नाही. या समर्थनाला पाठिंबा देण्यासाठी डे यांनी एक अभिनव तंत्र शोधून काढले. ''नंतर आम्ही मोठे आतडे टाळून लहान आतड्याचा एक चार इंची तुकडा दोन रेशमी कापडाच्या बंधनपट्ट्या बांधून वेगळा केला. नंतर पाण्याच्या माध्यमात कॉलऱ्याचे जंतू (V. Cholerae) एक मिलिलीटर पेप्टोन-मिसळून आतड्याच्या त्या चक्राकार भागात सोडले. दुसऱ्या दिवशी हे प्राणी मारण्यात आले. आमच्या या युक्तीचा उपयोग झालेला आढळून आला. आम्हाला योग्य असा नमुना प्राणी मिळाला. आतड्याचा तो चक्राकार भाग १५ मिलिलीटर भाताच्या पेजेसारख्या द्रावाने भरून गेलेला आम्हाला आढळला. जंतुविरहित माध्यम टाकलेला दुसरा नियंत्रित चक्राकार भाग मात्र कोसळून पडला होता. त्याचा अर्थ कॉलरा आतड्याच्या एका छोट्या भागातच राहिला.''

हे अभिनव नमुना प्राणी वापरून १९५८ मध्ये डे यांनी सिद्ध केले की, V. Cholerae चे निर्जंतुक, जीवाणूविरहित, कृत्रिमरीत्या वाढवलेले, गाळून शुद्ध केलेले मिश्रण वापरूनदेखील कॉलऱ्याची लक्षणे निर्माण करता येतात. कॉलऱ्याची लक्षणे ही एक्सोटॉक्सिनने निर्माण होतात. कोख व इतरांना वाटत होते त्याप्रमाणे एन्डोटॉक्सिनमुळे ही लक्षणे

निर्माण होत नाहीत हे यामुळे निर्विवादपणे सिद्ध झाले. १९५८ च्या **नेचर** या ब्रिटिश विज्ञान नियतकालिकात डे यांचे शोध प्रसिद्ध झाले.

कॉलऱ्यावरील या मूलभूत संशोधनाखेरीज डे आणि त्यांच्या सहाध्यायांनी, मुख्यत: तान्ह्या बाळांमध्ये आढळणारे पोटातील जीवाणू ई. कोलाय (*Escherichia coli*) यांचाही मोठ्या प्रमाणावर अभ्यास केला. या जंतूंमुळे लहान मुलांना हगवण सुरू होते. सशाच्या चक्राकार आतड्याच्या प्रयोगाने त्यांनी हे दाखवून दिले की, कॉलरा आणि *E.coli* अतिसार या दोन्हींची लक्षणे सारख्याच प्रकारच्या यंत्रणेमुळे निर्माण करता येतात.

१९७३ मध्ये कलकत्ता वैद्यकीय महाविद्यालयातून डे निवृत्त झाले. कॉलऱ्यावर एवढे महत्त्वाचे संशोधन करूनही ते जवळजवळ अज्ञातच राहिले. १९७८ मध्ये स्टॉकहोममध्ये भरलेल्या कॉलरा आणि तत्सम अतिसाराच्या रोगांसंबंधीच्या ४३ व्या नोबेल सिम्पोझियमचे निमंत्रण त्यांना मिळाले. त्याला ते हजर राहिले; (ही घटना एका अर्थाने त्यांच्या कार्याची घेतलेली दखलच होती.) पण उपरोधाची गोष्ट म्हणजे भारतात त्यांना कोणतीच मान्यता प्राप्त झाली नाही. देशातल्या व्यावसायिक विज्ञान संस्थांमध्ये त्यांची कधीच निवड झाली नाही. डे यांच्याच एका जवळच्या सहकाऱ्याच्या शब्दांत सांगायचे झाले तर, ''ज्या विद्यालयीन आणि व्यावसायिक संस्थांमध्ये डे त्यांच्या कामामुळे ओळखले जात होते तिथेदेखील त्यांनी वरच्या पदावर जाण्यासाठी कधी वेगळे प्रयत्न केले नाहीत. उलट अशा संस्थांमधील सत्तेच्या केंद्रांपासून ते दूरच राहिले; त्यामुळे कदाचित त्यांना कुठल्या शैक्षणिक संस्थेची फेलोशिप, बक्षिसे किंवा मान्यता मिळाली नाही. त्याला एकच अपवाद होता. कलकत्ता विद्यापीठाने १९५६ मध्ये त्यांना खास संशोधनासाठी असलेले कोट्स मेडल प्रदान केले.''

''त्यांना कुठलीही संमेलने, परिषदा, सेमिनार्स अशा प्रकारांची आवड नव्हती. आपल्या लहानशा आणि जवळच्या अशा मित्रपरिवारात आणि व्यावसायिक सहकाऱ्यांत ते सुखी होते. ते सर्वजण त्यांना कुटुंबीयांसारखेच वाटत.'' असे त्यांना ओळखणारे सांगतात.

अमेरिकेत न्यू यॉर्कमध्ये न्यू यॉर्क हेल्थ सेंटरच्या स्टेट युनिव्हर्सिटीत जॉन पी. क्रेग हे प्राध्यापक होते. डे यांच्या नमुना प्राण्यांमुळे कॉलऱ्यावरील

संशोधन अधिक आत्मविश्वासाने करण्यास जगभरातील सहकाऱ्यांना कशी मदत झाली हे सांगताना ते म्हणतात, ''या वरवर साध्या दिसणाऱ्या नमुन्याचा शोध या क्षेत्रात काम करणाऱ्या आमच्यापैकी अनेकजणांनी गृहीतच धरला होता; पण मागे वळून पाहिल्यावर लक्षात येते की, जगाला त्यांच्यासारख्या एखाद्या सुपीक मेंदूच्या शास्त्रज्ञाची आवश्यकता होती. त्याच्या नैसर्गिक उपजत ज्ञानामुळे पारंपरिक विचारांपासून दूर राहायला त्याला मदत झाली असती. वरून कितीही साधे वाटत असले तरी त्यांच्या खरोखरीच्या अभिनव आणि सर्जनशील अशा कामामुळे घटनांची एक शृंखलाच तयार झाली; त्यामुळेच स्रावक अतिसाराच्या निदानासंबंधीचा आपला दृष्टिकोन कायमचा बदलला.''

१५ एप्रिल १९८५ रोजी कलकत्त्यात डे यांचे निधन झाले. **करंट सायन्स** मासिकाने त्यांच्या स्मरणार्थ काढलेल्या अंकात नोबेल पारितोषिक विजेते जोशुआ लेडरबर्ग यांनी त्यांच्या सन्मानार्थ लिहिले होते, ''डे यांच्या शोधाचा मनुष्यजातीला उपयोग झाला यापलीकडेही आपण त्यांचे कौतुक करायला हवे. ते अनुकरणीयदेखील आहेत. प्रस्थापित शहाणपणाला (Wisdom) आव्हान देण्याचा त्यांचा धीटपणा स्फूर्तिदायक आहे. त्यांच्या विचारांची पद्धत उदाहरणाने आणि चांगल्या निर्बंधाने शिकवली गेली पाहिजे.'' डे यांच्या कर्तृत्वाचे याहून चांगले वर्णन होऊच शकणार नाही.

– विमन बसू

वादळी व्यक्तिमत्त्व

चंद्र गुहा

भारताच्या स्वातंत्र्यलढ्यामध्ये समाजाच्या अनेक थरांतील माणसे आपापल्या शक्तीनिशी सामील झाली होती. उच्चकुलीन आणि शेतकरी, जमीनदार आणि मजूर, राजकारणी आणि व्यापारी आणि शास्त्रज्ञदेखील देशाला साम्राज्यवादाच्या शृंखलांतून मुक्त करण्यासाठी आपापल्या परीने प्रयत्न करित होते. त्यांपैकी भारताच्या स्वातंत्र्यासाठी लढा देणारे आणि त्याच वेळी भारतीय क्षेत्रात मूलभूत काम करून विज्ञानात अग्रेसर असणारे असे एक शास्त्रज्ञ म्हणजे विरेश चंद्र गुहा.

ज्येष्ठ भारतीय जीवरसायनशास्त्रज्ञ असलेल्या गुहा यांची आठवण त्यांनी केलेल्या सी आणि बी व्हिटॅमिन्स यांचे जीवरसायन आणि अन्न आणि पोषण यांच्या संशोधनाबद्दल अनेक वर्षे स्मरणात ठेवली जाईल. ऑस्कॉर्बिक ॲसिडच्या जैविक संयोगामध्ये त्यांनी मोठे महत्त्वाचे काम केले होते. शिवाय भारतामध्ये जीवरसायनशास्त्र हा विषय त्यांनीच स्वतंत्रपणे सुरू केला. म्हैसूरमधील फूड टेक्नॉलॉजिकल रिसर्च इन्स्टिटट्यूटची कल्पनाही त्यांचीच होती.

विविध विषयांत रस असलेले गुहा कालिदास, टागोर आणि शेक्सपियर यांच्या साहित्यातील उतारेच्या उतारे मुक्तपणे म्हणून दाखवत. एक चांगले वक्ते म्हणून त्यांना मागणी होती. ते परखड आणि तरीही आकर्षक पद्धतीने लिखाणही करीत; पण विज्ञानातले अशांत वादळी व्यक्तिमत्त्व असलेले गुहा त्यांचा धीटपणा आणि नेतृत्वगुणांबद्दल अधिक स्मरणात राहातात. "गुहा यांच्या खासगी आयुष्याबद्दल काही जुन्या आठवणी सांगायच्या झाल्या तर एक गोष्ट विशेषत्वाने वेगळी दिसते. ती म्हणजे त्यांचे जोमदार, खूप उत्साही, आक्रमक आणि सत्ता गाजवणारे व्यक्तिमत्त्व.'' गुहांचे एक जवळचे सहकारी बी. मुखर्जी सांगतात, ''विद्यापीठामध्ये असलेल्या त्यांच्या बऱ्याच सहकाऱ्यांपेक्षा ते फार वेगळे होते. भित्रेपणा, शांतपणा, अक्रियाशीलता तसेच दुसऱ्यांच्या कामात लुडबुड न करणे या गुणांपासून ते फार दूर होते. खडकांमधून जोराने आदळत आपटत वाहणाऱ्या पाण्याच्या प्रवाहाचे गुण त्यांच्यात होते. पृष्ठभागावर सौम्य तरंग असलेल्या मृदू, शांत प्रवाहासारखे त्यांचे व्यक्तित्व कधीच नव्हते.''

आता बांगलादेशात असलेल्या बरिसाल जिल्ह्यातील बनारीपाडा येथील गुहा ठाकूरथा कुटुंबातील गुहा हे शेंडेफळ होते. ८ जून १९०४ रोजी त्यांचा जन्म झाला. शेंडेफळ असल्यामुळे आई-वडील आणि मोठ्या भावांच्या कडक देखरेखीखाली त्यांचे संगोपन झाले. या गोष्टीचा त्यांना आयुष्यात पुढे उपयोग झाला. त्यांचे दोन्ही भाऊ इंग्लिशचे प्राध्यापक होते. कलाविषयांकडे ओढा असलेल्या गुहांचे मन त्यांच्या भावांनी इंटरमिजिएटच्या वर्षात विज्ञान शाखेकडे वळवले.

भावांच्या वरचश्म्यामुळे कलकत्त्याच्या सिटी महाविद्यालयात गुहांना विज्ञान शाखेकडे प्रवेश घ्यावा लागला. सिटी महाविद्यालयात वनस्पतीशास्त्र शिकवले जात नसे. म्हणून त्यांनी इंडियन असोसिएशन फॉर द कल्टिव्हेशन ऑफ सायन्स या संस्थेच्या संध्याकाळच्या सत्रांमध्ये वनस्पतीशास्त्राचा अभ्यास सुरू केला. ही संस्था त्या वेळी कलकत्त्याच्या बोबझार या भागात होती. १९२१ मध्ये ते I.Sc.ची परीक्षा दुसऱ्या क्रमांकाने उत्तीर्ण झाले. त्यानंतर प्रेसिडेन्सी महाविद्यालयात रसायनशास्त्र ऑनर्स घेऊन त्यांनी बी.एस्सी.ला प्रवेश घेतला. त्याच वेळी स्वदेशीच्या चळवळीला आकार येत होता. तरुण गुहा त्यात ओढले गेले. बंदी

घातलेल्या एका राजकीय पक्षाच्या सभेला गेल्याबद्दल त्यांना तुरुंगात टाकण्यात आले; त्यामुळे नंतर त्यांना प्रेसिडेन्सी महाविद्यालय सोडण्यास सांगण्यात आले; पण त्यामुळे अस्वस्थ न होता लगेचच गुहांनी सेंट झेवियर्स महाविद्यालयात प्रवेश मिळवला. तिथून ते बी.एस्सी. परीक्षा वर्गात प्रथम क्रमांकाने उत्तीर्ण झाले.

कलकत्ता विद्यापीठात एम.एस्सी.चा अभ्यास करीत असताना गुहा यांचा आचार्य प्रफुल्ल चंद्र रे यांच्याशी प्रथम संबंध आला. आचार्य रे यांची विज्ञानाबद्दलची एकनिष्ठा, निःस्वार्थी आदर्शवाद आणि प्रखर राष्ट्रभक्ती यांचा गुहांच्या कारकिर्दीवर फार प्रभाव पडला. लवकरच ते पी. सी. रे यांच्या आवडत्या विद्यार्थ्यांपैकी एक झाले. रे यांच्या हाताखाली एक वर्षभर संशोधनाचे काम केल्यानंतर १९२६ मध्ये ते इंग्लंडला रवाना झाले. पुढील पाच वर्षे त्यांनी लंडनच्या युनिव्हर्सिटी कॉलेजमध्ये प्रो. जॅक ड्रमन्ड आणि केंब्रिज विद्यापीठातील नोबेल पारितोषिक विजेते प्रो. गोलँड हॉपकिन्स यांच्या जीवरासायनिक प्रयोगशाळांमध्ये काम केले. त्यांच्या संशोधनाचा विषय बी जीवनसत्त्वाच्या विशिष्ट संदर्भात नवीन जीवरासायनिक गोष्टी शोधून काढणे हा होता.

लंडन विद्यापीठाच्या पीएच.डी. आणि डी.एस्सी. या पदव्या मिळवून १९३२ मध्ये गुहा भारतात परतले. लंडनच्या त्यांच्या प्राध्यापकांनी ऑल इंडिया इन्स्टिट्यूट ऑफ हायजिन ॲन्ड पब्लिक हेल्थ या संस्थेमध्ये जीवरसायनशास्त्राच्या प्राध्यापक- पदासाठी त्यांची शिफारस केली होती; पण त्यांच्या राजकीय प्रवृत्तींमुळे त्यांना हे पद नाकारण्यात आले. गुहा यांनी नंतर बंगाल केमिकल ॲन्ड फार्मास्यूटिकल्समध्ये काम करायला सुरुवात केली. तिथे त्यांनी जीवनसत्त्वांची तीव्र द्रावणे आणि इतर जीवशास्त्रीय क्रियाशील संयुगे बनवण्याच्या पुष्कळ पद्धती शोधून काढल्या; पण आपल्या मूळ कल्पनांचा वापर करून बघण्याची संधी त्यांना १९३६ पर्यंत मिळाली नाही. कार्बोहायड्रेट्सच्या चयापचयाच्या (Metabolism) काही अंगांबाबत त्यांचे काही विचार होते. खास करून ॲस्कॉर्बिक ॲसिडच्या जैविक संयोगाविषयी. १९३६ मध्ये ते कलकत्त्याच्या युनिव्हर्सिटी कॉलेज ऑफ सायन्समध्ये अप्लाइड केमिस्ट्रीचे प्राध्यापक म्हणून नेमले गेले. १९३६ ते १९४३ या काळात गुहा व त्यांच्या सहकाऱ्यांनी विविध प्रकारचे भारतीय अन्नपदार्थ, ताजे पाणी आणि

खाण्यासाठी वापरले जाणारे समुद्रातील मासे यांतील जीवनसत्त्वे व खनिजांचे प्रमाण यावर संशोधन केले. प्राण्यांच्या पेशीसमूहातील (Tissue) ॲस्कॉर्बिक ॲसिडच्या जैविक संयोगावर परिणाम करणारी कारणे आणि मागील पिच्युइटरी ग्रंथीपासून निघणाऱ्या ऑक्सिटॉसिनचे स्वरूप व गुणधर्म यांवरही त्यांनी संशोधन केले.

ॲस्कॉर्बिक ॲसिड किंवा सी जीवनसत्त्वातील जैविक संयोग या विषयावरील त्यांच्या संशोधनाला सर्वात जास्त मान्यता मिळाली. वानरवर्गातील प्राणी (Primates) आणि गिनीपिग्ज सोडून इतर सर्व प्राण्यांच्या जातींमध्ये ॲस्कॉर्बिक ॲसिडची गरज संयोगाने भागवली जाते; त्यामुळे त्यांच्यात ॲस्कॉर्बिक ॲसिडची कमतरता कधी होत नाही. ॲस्कॉर्बिक ॲसिडच्या संयोगावरील गुहा यांच्या संशोधनाचे महत्त्व त्याच्या उत्क्रांतीशी असलेल्या संबंधात आहे. जलस्थलवासी उभयचर प्राणी (Amphibians) आणि सरपटणारे प्राणी (Reptiles) यांच्यामध्ये ॲस्कॉर्बिक ॲसिडच्या संयोगामध्ये मध्यस्थी करणारे महत्त्वाचे विकर (Enzymes) हे मूत्रपिंड आणि गर्भावस्थेत संबंधित पेशीसमूहांमध्ये असतात. बहुतेक पक्ष्यांमध्ये हे विकर मुख्यत्वाने मूत्रपिंडांमध्ये सापडते; पण पॅसेरीफॉर्मस् (Passeriformes-Perching Birds) या आणि यानंतरच्या पक्ष्यांच्या जातींमध्ये हे कार्य मूत्रपिंडांकडून यकृताकडे आलेले दिसते. काही जातींमध्ये हे संयोगाचे कार्य मूत्रपिंड आणि यकृतामध्ये विभागलेले दिसते. उत्क्रांतीचा प्रवास जसा वानरवर्गाकडे सुरू झाला तसतशी यकृताची महत्त्वाच्या विकराच्या प्रक्रियेत मध्यस्थी करण्याची क्षमता नाहीशी होत गेली; त्यामुळे या वर्गाला आपल्या अस्तित्वासाठी या जीवनसत्त्वाच्या बाहेरच्या पुरवठ्यावर अवलंबून राहावे लागू लागले. गुहा यांच्या संशोधनाने रेण्वीय वंशशास्त्र आणि जाती उत्क्रांती यांना जोडणारा दुवा म्हणून जीवरसायनशास्त्राचे महत्त्व दाखवून दिले.

१९४३ चा बंगालमधील दुष्काळ हा गुहा यांना धक्कादायक अनुभव होता. लाखो लोकांच्या झालेल्या अतोनात हालांमुळे त्यांचे हृदय कळवळले. परिणामी, ते आपल्या शैक्षणिक वर्तुळाच्या हस्तिदंती मनोऱ्यातून बाहेर आले. विज्ञानाचा आवाज उठवणारे आणि धोरणांचा वेगाने अंमल करणारे, तडजोडीला अजिबात तयार नसलेल्या अशा पुरस्कर्त्यांपैकी ते एक झाले. तीव्र उपासमारी आणि शरीराने बारीक

होण्याला बळी पडत असलेल्या जनतेच्या इलाजासाठी स्वस्त प्रथिनपूर्ण अन्न आणि पचायला सोपे पदार्थ बनवण्यासाठी त्यांनी जीवरसायन आणि अन्नतंत्राचे सर्व ज्ञान पणाला लावले. त्यानंतर प्रथिन कुपोषणाच्या प्रश्नामध्ये त्यांनी सक्रिय भाग घ्यायला सुरुवात केली. देशात प्राणिजन्य प्रथिनांचा तीव्र तुटवडा असल्यामुळे त्यांनी पानांपासून मिळणाच्या प्रथिनांचा प्रसार करायला सुरुवात केली. पाण्यातील हायसिन्थसारख्या निरुपयोगी समजल्या जाणाच्या वनस्पती आणि गवत यांपासून खाण्यास योग्य अशी प्रथिने बनवण्यासाठी त्यांनी कित्येक पद्धती शोधून काढल्या.

१९४४ मध्ये भारत सरकारच्या अन्नमंत्रालयात मुख्य तांत्रिक सल्लागार म्हणून गुहा यांची नेमणूक झाली. इथे त्यांनी सबंध देशाच्या पोषणाची पाहणी करण्यासाठी योजना तयार केली. अन्नाची तपासणी, विश्लेषण आणि प्रमाणीकरण करण्यासाठी त्यांनी एक तांत्रिक विभाग उघडला. अन्नविभागात काम करीत असतानाच त्यांच्या मनात अन्न तांत्रिक संशोधन संस्थेची कल्पना आली. त्यांनी लगेचच या कल्पनेला मूर्त स्वरूप दिले; त्यामुळे नंतर CSIRने जेव्हा म्हैसूर येथे अशी संस्था सुरू करण्याचे ठरवले तेव्हा डॉ. एस. एस. भटनागर यांनी संस्थेच्या एक्झिक्युटिव्ह काउन्सिलमध्ये काम करण्यासाठी गुहा यांचे मन वळवले. संस्था आकार घेत असताना पुष्कळ सत्रांमध्ये गुहा यांनी हे काम केले.

१९४४ मध्ये आयुष्यात थोडा उशिराच म्हणजे वयाच्या एकेचाळिसाव्या वर्षी गुहा यांनी डॉ. फुल रेणू गुहांशी विवाह केला. नंतर लोकसभेच्या सदस्या झालेल्या विद्वान डॉ. फुल रेणू गुहांनी फ्रेंच विद्यापीठातून भाषेची पीएच.डी. पदवी मिळवली होती. गुहा यांचा विवाह हा त्यांच्या कारकिर्दीला महत्त्वाचे वळण देणारा ठरला. ''पत्नीचा शहाणपणाचा सल्ला आणि नि:स्वार्थी मार्गदर्शन याच्याअभावी गुहा त्यांचे दुर्दम्य चैतन्य, आक्रमक स्वभाव आणि देशाच्या शृंखला तोडून देश स्वतंत्र करण्याची तीव्र इच्छा या गुणांमुळे कधीच तुरुंगात गेले असते. विज्ञानाचे जग त्यांना कायमचे पारखे झाले असते.'' असे बी. मुखर्जींचे मत होते. सामाजिक स्वास्थ्य, संगीत, संस्कृती, काव्य आणि चित्रकला अशा विविध विषयांत या उभयतांनाही रस होता. विरेशना लहान मुलांची आवड असूनही त्यांना अपत्य मात्र झाले नाही.

अन्नविभागात असताना त्यांची नेमणूक पॅरिसमध्ये युनेस्कोमध्ये

भारताचे प्रतिनिधी आणि शेतीशास्त्राचे सल्लागार म्हणून झाली. भारतात परत आल्यावर त्यांनी कलकत्ता विद्यापीठातील आपल्या पूर्वीच्या पदावर एक वर्षभर काम केले. १९४८ मध्ये डॉ. श्यामाप्रसाद मुखर्जी आणि डॉ. बी. सी. रॉय यांच्या आग्रहावरून ते दामोदर व्हॅली कॉर्पोरेशनमध्ये पश्चिम बंगालचे सभासद म्हणून रुजू झाले. अन्नखात्यात आणि नंतर दामोदर व्हॅली कॉर्पोरेशनमध्ये गुहा यांनी आपले कर्तव्य उत्साहाने पार पाडले; पण नित्याचे काम, सर्वसामान्य औदासिन्य आणि व्यवस्थापकीय विलंब हे त्यांना आवडत नव्हते. जवळजवळ दहा वर्षे व्यवस्थापनाचे काम पाहिल्यानंतर १९५३ मध्ये ते परत एकदा प्राध्यापकपदी रुजू झाले आणि आपल्या मूळ कार्याच्या जवळ आले.

भारतामध्ये जीवरसायनशास्त्राचा जोराने कैवार घेण्यासाठी गुहा यांना आता वेळ मिळू लागला. बायोकेमिस्ट्री रिव्ह्यू कमिटीची स्थापना करण्यासाठी ते युनिव्हर्सिटी ग्रॅट्स कमिशनच्या मागे लागले. कमिटीचे सदस्य म्हणून त्यांनी ज्या ज्या विद्यापीठांच्या प्रयोगशाळांमध्ये जीवरासायनिक संशोधन सुरू होते त्या सर्वांना भेटी दिल्या. त्यांच्या प्रयत्नांमुळेच कलकत्ता, लखनौ आणि नागपूर येथील जीवरसायन विभागांची प्रगती झाली.

भारताला जगाच्या जीवरासायनिक नकाशावर स्थान मिळवून देणे हे गुहा यांचे एक स्वप्न होते. केंब्रिज, पॅरिस, ब्रसेल्स, व्हिएन्ना आणि मॉस्को येथे लागोपाठ भरलेल्या आंतरराष्ट्रीय काँग्रेस ऑफ बायोकेमिस्ट्रीमध्ये भारतीय जीवरसायनशास्त्रज्ञांच्या पथकांचे नेतृत्व त्यांच्याकडे होते. श्रीनगर येथे जीवरसायनशास्त्राची उन्हाळी शैक्षणिक संस्था सुरू करावी अशी त्यांची एक कल्पना होती. सेंट्रल ड्रग रिसर्च इन्स्टिटट्यूटच्या शास्त्रज्ञांशी याबाबतीत चर्चा करण्यासाठी ते लखनौला गेले होते; पण दैवाच्या मनात काही वेगळेच होते. २० मार्च १९६२ रोजी वयाच्या अवघ्या ५८ व्या वर्षी लखनौमध्ये अचानक त्यांचे निधन झाले.

— हसन जावेदखान

अंकांचा जादूगार
दत्तात्रय कापरेकर

नेहमी असे म्हटले जाते की, परग्रहावरून आपल्याला संदेश आलाच तर त्यामध्ये पाय् (δ) चे मूल्य, काही अविभाज्य आकडे, भौतिक स्थिरांक आणि अशाच काही गोष्टी असतील. ही मूल्ये आणि आकडे सर्वसाधारणपणे सर्वांना माहिती आहेत. परग्रहावरून येणाऱ्या संदेशात जर ते असले तर परग्रहवासीयांची गणितीय कुशाग्र बुद्धी दिसून येईल; पण त्याऐवजी या संदेशात एकदम ६१७४ ही संख्या दिसून आली तर काय घडेल? **सायंटिफिक अमेरिकन** या नियतकालिकात आलेले मार्टिन गार्डनर यांचे गणितीय मनोरंजनावरील लेख ज्यांनी वाचले असतील अशा फारच थोड्या खगोलशास्त्रज्ञांना- आणि त्याहूनही थोड्या भारतीय खगोलशास्त्रज्ञांना ६१७४ या संख्येचे महत्त्व समजेल. ६१७४ ही संख्या जगभर आता तिच्या शोधकाच्या नावाने म्हणजे कापरेकर स्थिरांक (constant) म्हणून ओळखली जाते.

दत्तात्रय रामचंद्र कापरेकर या गणितज्ञाची त्यांच्या समकालीन भारतीय गणितज्ञांनी चेष्टाच केली. कापरेकर अंकांशी क्षुद्र खेळ करतात

असे त्यांना वाटत असे; त्यामुळे जवळजवळ कुठल्याही प्रकारची मान्यता किंवा स्तुती न मिळता वयाच्या ८३ व्या वर्षी ते मरण पावले. गणित लोकप्रिय करणारा अमेरिकन गणितज्ञ मार्टिन गार्डनर याच्या लक्षात त्यांचे कार्य आले. १९७५ च्या **सायंटिफिक अमेरिकनच्या** अंकात त्याने कापरेकरांच्या कामाचा उल्लेख केला; त्यामुळे मरणापूर्वी थोडीतरी मान्यता त्यांना मिळू शकली. त्यांची गणितातील कामगिरी फारच साधी वाटते. कारण त्यासाठी त्यांना फक्त एक पेन्सिल आणि काही कागद लागत असत; त्यामुळे क्लिष्ट सिद्धान्त आणि समीकरणांना सरावलेल्या गणितज्ञांना त्यांची योग्यता समजत नसे. आज मात्र कापरेकर स्थिरांक आणि सेल्फ नंबर्स, डेम्लो नंबर्स या आणि संख्याशास्त्रात त्यांनी लावलेल्या अशाच आणखी शोधांना जगभर मनोरंजनात्मक मूल्य प्राप्त झाले आहे.

१७ जानेवारी १९०५ रोजी मुंबईजवळील डहाणू येथे कापरेकरांचा जन्म झाला. ते अवघे ८ वर्षांचे असताना त्यांची आई वारली. महसूल खात्यात कारकून असलेल्या त्यांच्या वडिलांनी त्यांना येत असलेले थोडेफार गणित मुलाला शिकवण्याचा प्रयत्न केला. स्वतः तज्ज्ञ ज्योतिषी असल्यामुळे त्यांनी लहान कापरेकरांना फलज्योतिषाचे धडे दिले. फलज्योतिष हादेखील आकड्यांचा खेळच असल्यामुळे कापरेकरांची आकड्यांच्या जगाशी ओळख फलज्योतिषाद्वारेच झाली. आकड्यांनी त्यांच्यावर अशी जादू केली की, ते २४ तास आकड्यांशीच खेळू लागले. शक्य असलेल्या सर्वांत जवळच्या मार्गाने गणितातील प्रश्न सोडवणे हे त्यांचे ध्येय असे. लवकरच गणितातील कोडी, युक्त्या आणि संशयास्पद आणि कठीण प्रश्न यांकडे त्यांचे लक्ष वेधले गेले. ठाण्याला शाळेत असताना वर्गातील काही मुले आकड्यांवर वेळ घालवतो म्हणून त्यांची टिंगल करीत असत. इतर काही मुले त्यांचा आकड्यांचा खेळ उत्सुकतेने आणि कौतुकाने पाहात असत. १९२३ मध्ये त्यांनी पुण्याच्या फर्ग्युसन महाविद्यालयात प्रवेश घेतला. तिथे असताना गणितातील उत्कृष्ट आणि अभिनव कामगिरीबद्दल त्यांना रँगलर आर. पी. परांजपे गणित पारितोषिक मिळाले. पदवी मिळवल्यानंतर त्यांनी महाराष्ट्रातील नाशिकजवळील देवळाली येथे एका शाळेत शिक्षकाची नोकरी पत्करली. निवृत्त होईपर्यंत ते देवळालीच्या विविध शाळांमध्ये

शिकवत राहिले. हुशार विद्यार्थी व शिक्षक त्यांचे आणि त्यांच्या गणित शिकवण्याच्या पद्धतीचे कौतुक करीत. आकड्यांशी खेळत असताना त्यांना होणाऱ्या आनंदामध्ये आपले विद्यार्थी आणि इतर शिक्षकांना सहभागी करून घेण्याचे कौशल्य त्यांच्याजवळ होते; त्यामुळे आकडे, गणितातील कोडी वगैरेंवर व्याख्याने देण्यासाठी विविध शाळा आणि महाविद्यालयांतून त्यांना नेहमीच आमंत्रणे येत असत.

"दारुड्याला त्याच आनंदाच्या स्थितीत राहाण्यासाठी आणखी दारू पीत राहावी असे वाटते. आकड्यांच्या बाबतीत माझी स्थितीही अशीच आहे.'' कापरेकरांनी एकदा स्वतःवरच शेरा मारला होता. काही कागद आणि पुरेशी शाई असलेली लेखणी एवढे साहित्य मिळाले की, अन्नवस्त्रांची शुद्ध हरपून कापरेकर आकड्याच्या दुनियेत रमून जात. पुष्कळ वेळा कमरेला पट्ट्याच्या जागी ते दोर बांधत. आकड्यांशी खेळत असताना मध्येच भूक लागली तर तयारी असावी म्हणून ते खिशात बिस्किटे ठेवत असत आणि प्राचार्य किंवा विद्यार्थी कुणीही भेटायला आले तरी सारख्याच नम्रतेने आणि आदराने त्यांचे आगतस्वागत करीत. साध्या स्वभावाच्या आणि उत्कट धार्मिक असलेल्या कापरेकरांचा आयुष्याकडे आणि गणिताकडे पाहाण्याचा दृष्टिकोन लहान मुलासारखा होता; त्यामुळे त्यांच्याविषयी नेहमी गैरसमज होत असत. बहुतेक भारतीय गणितज्ञांनी त्यांच्या शोधांचा उपहास केला. त्यांची कामगिरी कुठल्याही प्रकारे दखल न घेण्याइतकी क्षुल्लक आहे असे म्हणून त्यांची टिंगल केली; पण कापरेकरांनी आपला अंकांशी खेळ सुरूच ठेवला. भारतीय आणि परदेशी नियतकालिकांमध्ये त्यांचे शोध प्रसिद्ध झाले. आकड्यांच्या सिद्धान्तावर काम करीत असलेल्या पाश्चिमात्य गणितज्ञांशी ते नेहमी पत्रव्यवहार करीत असत.

१९६२ मध्ये वयाच्या ५८व्या वर्षी कापरेकर निवृत्त झाले. त्या वेळी त्यांचे मासिक वेतन १५० रुपये होते. अर्थातच जमा-खर्चाची तोंडमिळवणी करायला त्यांचे निवृत्तिवेतन पुरेसे नसावे. चार वर्षांनी त्यांच्या पत्नीचे निधन झाले; त्यामुळे स्वतःची काळजी घेण्याचे काम त्यांच्यावरच येऊन पडले. जगण्यासाठी त्यांनी गणित आणि शास्त्रांच्या शिकवण्या करायला सुरुवात केली. गणितावरील त्यांच्या मनोरंजनात्मक व्याख्यानांसाठी ते नाममात्र शुल्क आकारू लागले; पण कोणीतरी म्हटल्याप्रमाणे दैव अनुकूल

असेल तर माणसाला त्याचे ध्येय गाठण्यापासून कोणीही दूर करू शकत नाही. स्वयंपाक, स्वतःचे कपडे धुणे आणि घरातील इतर कामे ते स्वतःच करीत असत. या सगळ्या प्रतिकूल परिस्थितीतही त्यांनी आपला आकड्यांचा छंद जोपासला होता. दिवसाचे जवळजवळ १५ तास ते आकड्यांच्या सहवासात घालवीत. आपले शोध, कोडी आणि प्रश्न यांवर त्यांनी छोटीछोटी पुस्तके छापायला सुरुवात केली. सगळी मिळून अशी त्यांची ३० पुस्तके पदवी न घेतलेल्या विद्यार्थ्यांनादेखील समजतील इतकी सोपी आहेत. या पुस्तकांनी पुष्कळ हौशी गणितज्ञांना मनोरंजनात्मक गणितात काम करायला स्फूर्ती दिली आहे. मार्टिन गार्डनरनी त्यांच्याबद्दल लिहिल्यानंतरच भारतीय गणितज्ञांनी त्यांना मान्यता द्यायला सुरुवात केली. **सायंटिफिक अमेरिकन**च्या मार्च १९७५ च्या अंकात आपल्या 'गणितातील खेळ' या लोकप्रिय सदरात गार्डनरनी त्यांच्याबद्दल आणि त्यांच्या शोधांबद्दल माहिती दिली होती.

आयुष्यभर कापरेकरांना फक्त आकडे सिद्धान्तातच रस वाटत राहिला. गणिताची ही एक अशी शाखा आहे की, जिचा मनोरंजनासाठी उपयोग होतो; पण इतर कोणत्याही क्षेत्रात ती फारशी वापरता येत नाही. उदाहरणार्थ, ६१७४ हा कापरेकर स्थिरांकच घेऊ. तो एका अर्थी स्थिरांक आहे. प्रत्येक अंक वेगळा असलेली ७८२३ सारखी कोणतीही चार आकडी संख्या घ्या. ते अंक उतरत्या भाजणीने लावून मग नवीन संख्या बनवण्यासाठी त्यांचा क्रम उलटा करा. ७८२३चे ८७३२ होतात. त्याचे उलट्या क्रमाने २३७८ होतात. आता ही दुसरी संख्या पहिल्या संख्येतून वजा करा. ८७३२ उणे २३७८ बरोबर ६३५४. परत ही संख्या घेऊन अशीच सगळी कृती करा. म्हणजे ६३५४ चे ६५४३ होतात. त्याचा उलट क्रम ३४५६ होतो. नंतर ६५४३ उणे ३४५६ बरोबर ३०८७. याला उलटी वजाबाकी रीत असे म्हणतात. यातील बाकी राहिलेली संख्या घेऊन हीच कृती परत-परत करीत राहिले तर ८ किंवा जास्त पायऱ्यांनंतर आपल्याला कापरेकर स्थिरांक मिळतो. त्यानंतर आपोआपच दरवेळी हा स्थिरांक तयार होत राहातो. आज हा स्थिरांक मनोरंजनात्मक किंवा फार क्षुल्लक वाटतो; पण कॅल्क्युलेटर किंवा संगणक यांच्याशिवाय नुसते आकड्यांशी खेळत-खेळत याचा शोध लावायला कापरेकरांना जवळजवळ तीन वर्षे लागली.

१९४९ मध्ये मद्रास गणितीय परिषदेमध्ये त्यांनी आपला हा शोध जाहीर केला. **स्क्रिप्टामॅथेमॅटिका** या अमेरिकन नियतकालिकाने त्यांचा या स्थिरांकावरील लेख प्रसिद्ध केला.

१९४९ मध्ये कापरेकरांनी स्वयंभू संख्यांचा (self-numbers) शोध लावला. अशा संख्या अनंत आहेत हे त्यांनी नंतर सिद्ध करून दाखवले. या स्वयंभू संख्या समजण्यासाठी कापरेकर जिला 'डिजिटॅडिशन'(Digitadition) म्हणत असत ती क्रिया आधी समजणे आवश्यक आहे. शून्यापेक्षा मोठा असलेला कोणताही पूर्णांक घ्या आणि त्यातील अंकांची बेरीज करून ती त्या पूर्णांकात मिळवा. उदाहरणार्थ, ४७ हा पूर्णांक घेतला तर त्यातील ४ आणि ७ ची बेरीज होते. ११ आणि ४७ अधिक ११ म्हणजे होतात ५८. नवीन ५८ ही संख्या 'बनवलेली संख्या' आहे ४७ ही 'बनवणारी संख्या' आहे. ही कृती पुन:पुन्हा करून डिजिटॅडिशनची साखळी तयार होते. ४७,५८,७१,७९,९५.... याप्रकारे. ज्या संख्येला अशा 'बनवणाऱ्या संख्ये'ची गरज नसते त्यांना कापरेकर स्वयंभू संख्या म्हणतात. ती स्वत:च निर्माण झालेली संख्या असते असे ते म्हणतात. १,३,५,७,९,२०,३१,४२, ५३,६४,७५,८६ आणि ९७ हे १००च्या आतील स्वयंभू आकडे आहेत. हे आकडे डिजिटॅडिशन पद्धतीने बनवता येत नाहीत. जे स्वयंभू आकडे अविभाज्य, दृढ (primes) असतात त्यांना 'स्वयंभू दृढ' (self primes) असे म्हणतात. कापरेकरांनी त्यांच्या एका पुस्तकात प्रश्न विचारला आहे. 'दशलक्ष रुपये जवळ असलेला माणूस एवढा महत्त्वाचा का असतो?' आणि त्यांनी स्वत:च त्याचे उत्तर दिले आहे की, 'कारण १०६ ही स्वयंभू संख्या आहे-' म्हणून.

१९२३ मध्ये डोंबिवली स्टेशनवर (मुंबई-ठाणे रेल्वे मार्गावरील) लोकल गाडीची वाट पाहात असताना कापरेकरांना 'डेम्लो संख्यां'चा शोध लागला. डोंबिवली स्थानकाच्या नावावरून त्यांनी या संख्यांना 'डेम्लो' असे नाव दिले. डोंबिवली ते मुंबई व्हि.टी. या प्रवासात रेल्वेच्या वाघिणींवर, मोटारींवर किंवा तिकिटांवर असलेल्या आकड्यांमध्ये १६५, २५५३, ४७७७३ अशा काही संख्या जास्त वेळा आढळून येतात असे त्यांच्या आधीच लक्षात आले होते. डेम्लो संख्येचे तीन

भाग असतात. या संख्येतील पहिल्या आणि शेवटच्या भागाची बेरीज केली असता जो आकडा येतो तो मधल्या भागात पुन:पुन्हा येतो. उदाहरणार्थ ७९९९२ ही डेम्लो संख्या आहे. कारण ७ अधिक २ बरोबर ९. त्याचप्रमाणे ५८८८३ ही डेम्लो संख्या आहे. कारण ५ अधिक ३ बरोबर ८. २४७७७७७५३ ही डेम्लो संख्या आहे, कारण २४ अधिक ५३ बरोबर ७७ वगैरे. डेम्लो संख्या निर्माण होण्याच्या या प्रक्रियेला कापरेकरांनी 'डेम्लोफिकेशन' असे नाव दिले होते. डेम्लोफिकेशनमध्ये कर्णरिषेसारख्या तिरक्या रेषेत आकड्यांची बेरीज केली जाते किंवा दुसऱ्या शब्दांत सांगायचे झाले तर प्रत्येक लागोपाठ येणारी संख्या एक जागा डावीकडे हलवायची आणि मग त्या सर्वांची बेरीज करायची. उदाहरणार्थ, ३५१ ही संख्या घेतली तर–

३५१

३५१

३५१

३५१

३८९९६१

यामध्ये ३८+६१=९९

दुसऱ्या शब्दांत सांगायचे तर डेम्लोफिकेशन ही बेरजेची अशी पद्धत आहे की, डेम्लो संख्या येण्यासाठी आकड्यांची बेरीज करण्यापूर्वी पहिल्या संख्येनंतरच्या सर्व संख्या १०च्या वाढत्या वर्गाने (१०१,१०२,१०३,१०४) गुणलेल्या असतात. म्हणजे

३५१

३५१०

३५१००

३५१०००

३८९९६१

त्याचप्रमाणे ७२४ पासून नऊ पायऱ्यांनंतर ०८०४४४४४३६४ ही संख्या मिळते. या संख्येमध्ये डावीकडे ०८० लिहिताना शून्य अशासाठी घातले आहे की, उजवीकडचे ३६४ हे तीन आकडे बेरजेत घ्यायचे आहेत हे लक्षात यावे. अशा तऱ्हेने कोणत्याही संख्येचे डेम्लोफिकेशनने डेम्लो संख्येत रूपांतर करता येते. एका नामवंत गणितज्ञाने म्हटले, ''त्यांची डेम्लो खाण कधीही न संपणारी आहे. भारताच्या दूरवरच्या भागांतून सोन्याच्या मागे लागलेले कितीतरीजण नशीब अजमावण्यासाठी या खाणीकडे ओढले गेले आहेत.'' याशिवाय तारखांच्या जादूभरल्या चौरसांची त्यांना अतिशय आवड होती. 'कोपर्निकसचा जादूचा चौरस', 'महात्मा गांधी शताब्दी चौरस' आणि 'स्वातंत्र्य चौरस' असे कितीतरी चौरस त्यांनी शोधून काढले होते. गणितातील जादू आणि कोड्यांना त्यांनी पुष्कळ हातभार लावला आहे. त्यांच्या प्रदर्शनासाठी त्यांनी प्रतिकृतीही तयार केल्या होत्या.

कोणत्याही प्रकारची स्तुती किंवा मान्यता न मिळता १९८८ मध्ये देवळाली येथे त्यांचे निधन झाले. स्वीडनमध्ये प्रसिद्ध झालेल्या **द वर्ल्ड डिरेक्टरी ऑफ मॅथेमॅटिशिअन्स** या पुस्तकात मात्र नामवंत गणितज्ञ म्हणून त्यांचा उल्लेख केलेला आहे. त्यांनी जन्मभर परिश्रमपूर्वक जपलेल्या त्यांच्या दैनंदिन्या, पत्रव्यवहार आणि इतर कागदपत्रे कोणीतरी शोधून बघण्याची वेळ आता निश्चितच आली आहे. त्यावरून त्यांच्या कामावर काही नवा प्रकाश पडेल आणि त्यांच्या आश्चर्यजनक मनाचे आपल्याला यथार्थ आकलन होईल अशी शक्यता आहे.

– **दिलीप म. साळवी**

विज्ञानाचा प्रवक्ता

रामचंद्र माथुर

गतकालीन ब्रिटिश वसाहतींमधील ज्ञानाच्या प्रगतीविषयी अनेक मोठ्या गैरसमजुती होत्या. त्यांपैकी एक म्हणजे हे बहुतेक ज्ञान पश्चिमेतून आयात झालेले होते. हा आदर्श दृष्टिकोन बरोबर आहे असे मानणारे काही अजूनही आहेत; पण इतर बऱ्याच विद्वानांना यातील फोलपणा पटला आहे. अरब हे पुराण्या ग्रीक ज्ञानाचे फक्त वाहक आहेत असे आज मानले जात नाही. ग्रीकांची शास्त्रीय कामगिरी युरोपपर्यंत पोहोचण्याच्या पुष्कळ आधी ती अनुवादित होऊन त्यावर संशोधनही झाले होते हे आता सिद्ध झाले आहे.

शास्त्रीय ज्ञानाला लागलेला शतकानुशतकांचा भारतीय हातभारही काही कमी नाही. याचे एक उदाहरण म्हणून १९व्या शतकांतील लोकांची विज्ञानाची समज आणि एकंदर विद्वत्तापूर्ण वातावरण यावर दृष्टिक्षेप टाकता येईल. यामध्ये १९व्या शतकाच्या मध्यावरचे दिल्लीचे एक विद्वान गणितज्ञ मास्टर रामचंद्र माथुर यांचे नाव साहजिकच समोर येते. लोकप्रिय शास्त्रीय विषयांवरील अनेक लेख आणि पुस्तके याखेरीज

या माणसाने अशास्त्रीय विश्वास आणि अंधश्रद्धा याविरुद्धही जोरदार लिखाण केले होते. ते एक सुरुवातीचे उर्दू वार्ताहर होते. वास्तव उर्दू लिखाण करणाऱ्या आघाडीच्या मानकऱ्यांपैकी(Avant Garde) ते एक होते. त्यांच्या **हकीकत निगारी** (Haqeeqat Nigari) (वास्तव लिखाण) ने दिल्लीच्या सर्व सांस्कृतिक व्यक्तींचे प्रतिनिधित्व केले होते. यामध्ये अलाउद्दीन खान अलाई, मुन्शी प्यारेलाल अशब, सैद अहमद खान, मिर्झा गालिब, अल्ताफ हुसैन 'हाली' आणि अशाच इतर कित्येकांचा समावेश होता.

१८२१ मध्ये पानिपत येथे एका कायस्थ कुटुंबात रामचंद्रांचा जन्म झाला. त्यांचे वडील राय सुंदरलाल माथुर हे वसुली खात्यामध्ये नोकरीला होते. रामचंद्रांच्या जन्माच्या वेळी त्यांची बदली पानिपतला झाली होती. इतर वेळी हे कुटुंब दिल्लीचे रहिवासी होते आणि शहाजहानाबादच्या संस्कृतीचा एक भाग होते. रामचंद्र अवघे नऊ वर्षांचे असताना त्यांच्या वडिलांचे निधन झाले; त्यामुळे त्यांचे पालनपोषण व शिक्षण त्यांच्या आईनेच केले. परंपरेप्रमाणे त्यांचे सुरुवातीचे शिक्षण घरीच झाले. पुढे १८३३ मध्ये त्यांना इंग्रजी शाळेमध्ये दाखल करण्यात आले. शाळेत त्यांच्या हुशारीची चमक दिसून आली आणि आपले क्षुल्लक खर्च भागवण्यासाठी त्यांना एक शिष्यवृत्ती मिळाली. गणितामध्ये त्यांची हुशारी विशेषत्वाने दिसून येत असे. शाळेमध्ये हा विषय शिकवण्याची व्यवस्था नसल्यामुळे रामचंद्र स्वतःच त्याचा अभ्यास करीत असत.

लहान वयातच म्हणजे ११व्या वर्षी त्यांचा विवाह झाला; पण दुर्दैवाने त्यांची पत्नी मुकी आणि बहिरी होती. आर्थिक अडचणी आणि अपंग पत्नीला सांभाळण्याची जबाबदारी पेलूनदेखील रामचंद्रांनी आपले शैक्षणिक क्षेत्रातील कार्य एकतानतेने सुरू ठेवले.

दिल्ली कॉलेज (अजमेरी गेट येथील आताचे झाकिर हुसेन कॉलेज) मध्ये ते विज्ञानाचे शिक्षक व गणितज्ञ झाले. या पदावर काम करीत असताना त्यांनी गणितावर उर्दूमध्ये **सरी-उल्-फाह्म** या नावाचे एक पुस्तक लिहिले. यामध्ये भारतीय व अरब जगातील बीजगणितीय परंपरा आणि नव्याने शोध लागलेल्या कॅलक्युलसमधील अधिक आधुनिक दृष्टिकोन यातील संबंध शोधण्याचा त्यांनी प्रयत्न केला. त्यांनी इंग्रजीतून

आणखी दोन पुस्तके लिहिली. **अ ट्रीटिझ् ऑन मॅक्झिमा ऑन्ड मिनिमा** हे इंग्लंडमध्ये १८५९ मध्ये ब्रिटिश बीजगणितज्ञ आणि तर्कशास्त्रज्ञ ऑगस्टस डी मॉर्गन यांच्या आग्रहावरून छापले गेले. दुसरे **अ स्पेसिमेन ऑफ न्यू मेथड फॉर डिफरंशिअल कॅलक्युलस कॉल्ड द मेथड ऑफ कॉन्स्टंट रेशिओज्** हे कलकत्त्यामध्ये १८६३ मध्ये प्रसिद्ध झाले. ही पुस्तके इंग्रजीत लिहिली होती. यावरून हेच दिसून येते की, फक्त भारतीय लोकांनीच ती वाचावीत अशी त्यांची इच्छा नव्हती. पश्चिमेतदेखील कॅलक्युलस शिकवण्यासाठी आवश्यक असणारे अध्यापनशास्त्रातील काही प्रश्न ते याद्वारे मांडू पाहात होते.

या पुस्तकांवरून स्पष्ट दिसून येते की, भारतीय आणि अरेबिक गणिताच्या परंपरा या प्रामुख्याने बीजगणितीय होत्या याबद्दल रामचंद्रांची खात्री पटली होती. भूमितीच्या भक्कम आधाराशिवायदेखील या परंपरा कॅलक्युलसच्या विकासासाठी सिद्ध झालेल्या होत्या; त्यामुळे पहिल्या पुस्तकाची सुरुवात भास्कराचार्यांच्या बीजगणितातल्याप्रमाणे समीकरण सिद्धान्ताच्या माहितीने होते आणि पुढे कोणत्याही बहुपदी फलासाठी (polynomial function) मॅक्झिमा आणि मिनिमा मिळवण्याबद्दल सांगते. रामचंद्रांच्या दुसऱ्या पुस्तकाचा विषय कॅलक्युलसमधील पायाभूत प्रश्न हा आहे. इथे त्यांनी आधीच्या पुस्तकात चर्चिलेल्या काही पद्धतींवरून कॅलक्युलससाठी अधिक सामान्य पद्धत विकसित करण्याचा प्रयत्न केला. त्यांना वाटत असे की, **फ्लक्शनल** (fluxional) पद्धत ही गुंतागुंतीची आहे. कारण मर्यादेच्या कल्पनांपासून ती मुक्त नव्हती. **विकलक** (Differentials) मिळवण्यासाठी **इन्फिनिटेसिमल** (Infinitesimal) पद्धत योग्य होती; पण तिलाही मर्यादा होत्याच; त्यामुळे अमर्याद लहान आणि मोठी पदे (Terms) यांची जरुरी भासली तरी मर्यादांची पद्धत हीच सर्वोत्तम उपलब्ध पद्धत होती असे रामचंद्रांचे मत होते.

शिक्षणाचे माध्यम स्थानिक भाषा असावे याबाबत रामचंद्र फार आग्रही असत. मातृभाषेतील शिक्षण हे अधिक उत्स्फूर्त आणि नैसर्गिक असते असे त्यांना वाटत असे. मॅकॉलेच्या कारकून निर्माण करण्याच्या उद्देशाच्या हे विरुद्ध होते. मॅकॉलेच्या आवडत्या शब्दांत सांगायचे तर 'रक्ताने आणि रंगाने भारतीय; पण आवडीनिवडी आणि वागण्याच्या पद्धतींनी युरोपियन.' स्थानिक भाषांचा वापर शैक्षणिक माध्यम म्हणून

करण्यामध्ये रामचंद्रांची तर्काधिष्ठित उपपत्ती अशी होती की, त्यामुळे अमूल्य ज्ञानाचे परस्पर दळणवळण सुलभ होते. शिवाय त्यामुळे भारतीयांना विज्ञानातील नवीन शोध आपलेसे वाटायलाही मदत झाली असती आणि अशा तऱ्हेने ज्ञानाच्या विकासालाही हातभार लागला असता.

दिल्ली महाविद्यालयाचे प्राचार्य मि. ब्यूट्रॉस यांनी सुरू केलेले युरोपियन वैज्ञानिक साहित्याचे उर्दू भाषांतर करण्याचे काम रामचंद्रांनी आपल्याकडे घेतले. हे काम नंतर स्थानिक अनुवाद संस्थेच्या (Vernacular Translation Society) आश्रयाखाली औपचारिकरीत्या सुरू झाले. रामचंद्रांचे **फवैद-उल्-नझरीन** आणि **किरान-उस्-सदैन** हे लेख सुरुवातीला या संस्थेने प्रसिद्ध केले. या लेखांनी पौर्वात्य आणि पाश्चिमात्य संस्कृतीमधील चांगल्या गोष्टी शोधण्याचा प्रयत्न केला आणि त्याचबरोबर एकीकरणाचा दृष्टिकोनही दिला. **फवैद-उल्-नझरीन**मध्ये आधुनिक विज्ञान आणि तंत्रज्ञानातील नवे शोध, संशोधन याविषयी माहिती होती. त्यांचे बहुतेक काम हे फ्रेंच विश्वकोशाच्या धर्तीवरचे होते. या सर्व लेखांमधून केवळ विज्ञानाबद्दलचे वैश्विक दृष्टिकोन दिसत नाहीत, तर त्यांच्या वाचनाचे प्रतिबिंबही त्यात होते. हे त्यांचे प्रयत्न म्हणजे केवळ काव्यात्म, भावुक म्हणून प्रसिद्ध असलेल्या उर्दू भाषेचे सामाजिक मतभेद आणि त्यावरील भाष्य व्यक्त करणाऱ्या भाषेत रूपांतर करणे होते.

बऱ्याच काळापासून भारतीय समाजावर असलेला असमंजस आणि अशास्त्रीय अंधविश्वासाचा पगडा दूर करण्याच्या भूमिकेतून त्यांनी जोरदार लेखन केले. घटनांकडे आणि कल्पनांकडे परंपरेच्या दृष्टीने न बघता विवेकाने आणि समंजसपणाने बघावे असे आवाहन ते आपल्या वाचकांना करीत असत. या दिशेने केलेल्या त्यांच्या प्राथमिक प्रयत्नांविषयी ते म्हणतात,

''आम्ही 'द स्पेक्टेटर'च्या योजनेचे अनुकरण करण्याइतके ध्येयवादी होतो. प्रथम आम्ही एक मासिक सुरू केले. नंतर **फवैद-उल्-नझरीन** हे द्वैमासिक नियतकालिक सुरू केले. यामध्ये इंग्लिश विज्ञानाविषयीचा लक्ष वेधून घेणारा मजकूर असे. त्याशिवाय त्यात मुस्लीम व हिंदू तत्त्वज्ञानातील विशिष्ट शिकवणीवर टीकाही करीत होतो. तसेच पुष्कळशा हिंदू अंधश्रद्धा आणि मूर्तिपूजेवर उघड हल्ला चढवत होतो. परिणामत:

आमच्या बऱ्याच हिंदू देशबांधवांनी कोणत्याही धर्मावर विश्वास नसलेले अधर्मी म्हणून आमचा धिक्कार केला.''

रामचंद्रांचे भारतीय समाजावरील हे टीकात्मक निबंध युरोपियन विद्वत्तेच्या लोलकातून वक्रीभवन होऊन निघालेले नव्हते. उलट १८ व्या शतकापासून देशातच निर्माण होत असलेल्या टीकानिबंधांचा तो एक भाग होता. लोकांमध्ये प्रचलित असलेल्या 'छळवा', 'भूत' आणि अशाच कित्येक अंधश्रद्धांविरुद्ध **फवैद**मधून त्यांनी विस्तृत लिखाण केले. जादूमधील फसवणुकीचा पाया त्यांनी लोकांच्या मनावर ठसवण्याचा प्रयत्न केला. यशस्वी जादूगार होण्यासाठी थोडेफार भौतिकशास्त्र जाणण्याची आवश्यकता असते हे त्यांनी लोकांना पटवून दिले. सर्व प्रकारच्या अंधश्रद्धांविरुद्ध देशबांधवांना धोक्याची सूचना देणारे 'भूत निहंग' या नावाचे पुस्तकही त्यांनी लिहिले.

प्रयोग किंवा अनुभव यावर भर देणाऱ्या बेकनियन (Baconian) कार्यक्रमाशी रामचंद्रांचे सूर जुळत असत. पंडित आणि मौलवी या पारंपरिक ज्ञानाच्या भांडारांशी वादविवादामध्ये पहिल्या दर्जाच्या भारतीय मध्ययुगीन तत्त्वज्ञानावर ते जोरदार टीका करीत. पारंपरिक शिक्षणाची पद्धत आणि 'मदरसा' यांसारख्या संस्थांवर अतिबोचक, जिव्हारी लागणारा हल्ला चढवताना ते म्हणतात,

''शाळांमधून 'गुलिस्तान' (Gulistan) शिकवले जाते. शिक्षक विद्यार्थ्याला वेगवेगळ्या शब्दांचे नुसते अर्थ स्पष्ट करतात. नंतर विद्यार्थी शिक्षकांसमोर काही अंतरावर बसून पोपटाप्रमाणे धडा पाठ करीत राहातो. **गुलिस्तान**मध्ये शेख सादींनी काय लिहिले आहे याच्याशी त्याला काही कर्तव्य नसते. त्याला त्याचा फक्त शब्दश: अर्थ हवा असतो.''

दुर्दैवाने मॅकॉलेनंतरच्या काळात रामचंद्रांच्या शिक्षणाच्या माध्यमासाठी स्थानिक भाषेच्या आग्रहाला किंवा गणितातील त्यांच्या अध्यापनशास्त्रीय माध्यमाला कोणी वाली उरला नाही. सत्तेच्या आणि ज्ञानाच्या राजकारणाला रामचंद्रांचा प्रकल्प बळी पडला. दिल्लीमध्ये विद्येचे पुनरुज्जीवन करणाऱ्यांपैकी ते एक होते; परंतु प्रतिकूल राजकीय संकेतामुळे त्यातील वाफच निघून गेल्यासारखे झाले, तरीही आधुनिक विज्ञानाचे केंद्र म्हणून कलकत्त्याचा नव्याने उदय झाला.

१८५२ मध्ये रामचंद्र ख्रिश्चन झाले. १८५७ च्या बंडाच्या काळात

त्यांच्या जिवाला गंभीर धोका होता. बहुतेक ख्रिश्चनांबद्दल संशय घेतला जात असे; त्यामुळे आपल्या प्रामाणिक नोकराच्या मदतीने त्यांना सुरक्षिततेसाठी पळून जावे लागले. रुरकीमध्ये थॉमसन सिव्हिल इंजिनिअरिंग कॉलेजचे तद्देशीय मुख्याध्यापक म्हणून ते राहिले; पण लवकरच १८५८ मध्ये दिल्ली जिल्हा विद्यालयाचे मुख्याध्यापक म्हणून ते दिल्लीला परत आले. १८६६ मध्ये प्रकृतीच्या कारणाने त्यांनी लवकर निवृत्ती घेतली. नंतर ते पतियाळाच्या महाराजांच्या सेवेत दाखल झाले आणि १८७० मध्ये शिक्षण संचालक म्हणून रुजू झाले. नंतरचे त्यांचे बरेच आयुष्य ख्रिश्चन मिशनरी कार्यासाठी गेले.

रामचंद्रांची तब्येत फार लवकर खालावत गेली आणि वयाच्या अवघ्या ५९व्या वर्षी ११ ऑगस्ट १८८० रोजी त्यांचा मृत्यू झाला.

– एस. इरफान हबीब

लोकप्रिय शास्त्रज्ञ

रुची साहनी

देशात विज्ञान लोकप्रिय करण्याच्या धिम्या प्रगतीला भारताच्या सांस्कृतिक वैविध्यात रंग भरणाऱ्या अनेक भाषा एक प्रकारे कारणीभूत आहेत. भारतीय भाषांमध्ये विज्ञान लोकप्रिय करण्याचे फारच थोडे प्रयत्न अधूनमधून झाले आहेत. सर्वांत आधीचे प्रयत्न लोकप्रिय विज्ञानावरील व्याख्यानांच्या आणि बंगालीतील लेखांच्या रूपाने बंगालमध्ये एकोणिसाव्या शतकाच्या शेवटच्या भागात झालेले आढळून येतात. पंजाबमध्ये प्रसार झालेले असेच प्रयत्न आपल्या प्रांतात विज्ञान लोकप्रिय करण्याच्या एका माणसाच्या निर्धाराची आश्चर्यकारक कथा सांगतात. हा माणूस म्हणजे प्राध्यापक रुची राम साहनी. सन १८८५ मध्ये त्यांनी लाहोरमध्ये पंजाब सायन्स इन्स्टिट्यूटची (PSI) स्थापना केली. स्थापना झाल्यापासून काही महिन्यांतच या संस्थेने तत्कालीन संपूर्ण पंजाबमध्ये लोकप्रिय विज्ञानावरील व्याख्याने आयोजित करायला सुरुवात केली.

नामांकित पुरावनस्पतींशास्त्रज्ञ प्राध्यापक बिरबल साहनींचे प्रा. रुची राम साहनी हे वडील होते. प्रयोग, स्लाइड्स, छोटी पुस्तके वगैरेंचा

उपयोग करून इंग्लिश आणि स्थानिक भाषेत दिलेल्या व्याख्यानांच्या साहाय्याने सर्व प्रकारचे शास्त्रीय ज्ञान लोकप्रिय करण्याच्या मुख्य उद्देशाने त्यांनी PSIची स्थापना केली. PSIने तांत्रिक शिक्षणालाही उत्तेजन दिले. प्रसिद्ध आश्रयदाते मलिक जोवाला सहाय यांनी साबण, जांभळा रंग आणि अशाच काही वस्तू बनवण्याच्या प्रक्रियेची माहिती देणाऱ्या छोट्या लेखांना काही रोख बक्षिसेही दिली होती.

PSIचे सभासद आणि त्यांचे कार्यक्रम करणारे बहुतेकजण वेगवेगळ्या महाविद्यालयांतील शिक्षक-प्राध्यापक होते. ही लोकप्रिय व्याख्याने देणारे व्याख्यानाच्या तयारीसाठी पुष्कळ वेळ खर्च करीत. व्याख्याने रसभरित, लोकप्रिय आणि मनोवेधक होण्यासाठी स्लाइड्स, प्रयोगांची प्रात्यक्षिके यांची त्यांना मदत घ्यावी लागत असे. ही माणसे हे सर्व काम स्वखुशीने करीत असत. त्यासाठी त्यांनी सरकारकडून आर्थिक मदतीची किंवा अनुदानाची अपेक्षा ठेवली नाही. याचे एक अनुकरणीय उदाहरण म्हणजे रुची राम साहनी. सिमल्याच्या हवामान खात्यामध्ये दुय्यम साहाय्यक हवामान बातमीदार म्हणून ते काही दिवस काम करीत होते. त्या वेळी ते 'हवामाना'वर लोकप्रिय व्याख्याने देत. त्यांचा खास विषय भारत आणि मॉन्सून हा असे. हवामान खात्याच्या कचेरीमध्ये स्वत: बनवलेले तक्ते- त्यात मुद्दाम व्याख्यानासाठी तयार केलेले काही असत- आणि लँटर्न स्लाइड्स यांचा वापर ते व्याख्यानात करीत. या व्याख्यानांमध्ये लोकांना खूप रस वाटत असे. भारतीय आणि युरोपियन लोकही या व्याख्यानांना येत असत.

पंजाब सायन्स इन्स्टिट्यूटने पंजाब प्रांतात आयोजित केलेल्या या व्याख्यानांमध्ये लोकांना किती रस वाटत असे हे व्याख्याते पाठवण्यासाठी पीएसआयकडे येणाऱ्या मागण्यांवरून कळून येई. मग त्यांनी खर्चाचा काही भाग तरी भागवण्यासाठी थोडे शुल्क आकारायला सुरुवात केली. कारण व्याख्यानासाठी कोणाला पाठवले तर त्यांच्याबरोबर एक प्रयोगशाळा मदतनीस आणि व्याख्यानात प्रात्यक्षिके देण्यासाठी आवश्यक असलेली साधनसामग्री पाठवावी लागत असे; त्यामुळे यासाठी लागणारे पैसे थोडे तरी असे मिळू लागले; पण तरीही त्यांच्या भाषणांची मागणी काही कमी झाली नाही. यावरूनच या व्याख्यानांची लोकप्रियता समजून येते. व्याख्याता स्थानिक पुरुष असला तरी या लोकप्रिय व्याख्यानाला

१ ते २ आणे शुल्क आकारणे ही नित्याची बाब झाली. नियम असल्यासारखे अशा वेळी साधनसामग्रीचा काही भाग आणि बहुतेक वेळा एक मदतनीस हे मुख्य कार्यालयातून पाठवले जात. ९० टक्के मागण्या प्रा. साहनींनी स्वत: व्याख्यानासाठी यावे अशी विनंती करणाऱ्या असत. याचे कारण म्हणजे लाहोर आणि पंजाबमधील इतर ठिकाणी त्यांनी लोकप्रिय व्याख्याने दिली होती. विषयाचा किंवा तो समजून सांगण्यासाठी योग्य अशा साधनांचा त्यांना कधीच तोटा भासला नाही.

एक ढोबळ अंदाज करायचा झाला तर प्रा. साहनींनी अशी जवळजवळ ५०० लोकप्रिय व्याख्याने दिली असावीत. यामध्ये लाहोर येथील बाओली साहिबच्या आवारात वर्षभरात दिलेल्या वीस व्याख्यानांचाही समावेश आहे. ही सर्व व्याख्याने साधे प्रयोग आणि कोणीही स्वत: तयार करू शकेल अशा साध्या साधनांच्या साहाय्याने दिली जात. या व्याख्यानांच्या मोठ्या श्रोतृवृंदामध्ये बहुतेकजण जवळच्या बाजारातील दुकानदार असत. तर काही थोडेजण कचेरीत जाणारे, इंग्लिश बोलणारे कारकून असत.

प्रा. साहनींना ही आपली सर्वांत यशस्वी लोकप्रिय व्याख्याने वाटतात. कारण गिऱ्हाईक खरेदीसाठी येण्याच्या गर्दीच्या वेळी ती असूनही आठवड्यामागून आठवडे या व्याख्यानांनी खूप दुकानदारांना आपल्याकडे आकर्षित केले होते. एवढेच नाही तर कधीकधी प्रा. साहनी एखादी गोष्ट स्पष्ट करण्याच्या किंवा तिचे वर्णन करण्याच्या ओघात योग्य पंजाबी शब्दासाठी किंवा वाक्प्रचारासाठी अडले तर या श्रोतृवर्गातून सूचना मिळून त्यांना ताबडतोब मदत केली जाई. दरवर्षी त्यांची दहा तरी व्याख्याने नेहमीच्या व्यवहारातील दैनंदिन विषयांशी संबंधित असत. त्यामध्ये 'साबण बनवण्याची कृती', '१८८० पूर्वी लाहोरी लोक पीत असलेले पाणी', 'शुद्ध आणि अशुद्ध हवा', 'खेळणी आणि त्यांचे धडे', 'इलेक्ट्रोप्लेटिंग', 'मानवाच्या सेवेसाठी विद्युतशक्ती', 'काच बनवण्याचे तंत्र,' 'पंजाब आणि त्याच्या नद्या' (या व्याख्यानाला मातीने केलेल्या एका मोठ्या नकाशाची मदत असे.) 'दिव्याची ज्योत', 'टेलिग्राफमधील तार कशी बोलते' या आणि अशा अनेक विषयांचा समावेश असे. या सर्वांमुळे लोकांना विज्ञानात खूप उत्साह आणि रस

वाटू लागला.   इतका की, पंजाबमधील शाळांमधून भारतातील इतर कुठल्याही प्रांतापेक्षा प्राथमिक भौतिक आणि रसायनशास्त्राचा जास्त अभ्यास होऊ लागला.

अधूनमधून या लोकप्रिय व्याख्यानांमध्ये प्रा. साहनी नवीन शास्त्रीय शोधांबद्दल बोलत. त्यांच्या अपेक्षांपेक्षा कितीतरी जास्त यश त्यांना या कल्पनांनी मिळवून दिले. नवीन शोध लागलेले 'क्ष-किरण', 'एडिसनचा फोनोग्राफ' आणि 'बिनतारी संदेशवहन' यामध्ये वास्तवात लोकांना इतका रस वाटू लागला की, एकाच ठिकाणी दोनदा, तीनदा किंवा जास्त वेळा त्याच विषयावर पुन्हा व्याख्यान देण्यासाठी त्यांना बोलावणे येऊ लागले. शिवाय या व्याख्यानांमध्ये त्यांनी केलेले बिनतारीवरील प्रयोग हे भारतामध्ये परतपरत केले जाणारे या प्रकारचे बहुतेक पहिलेच प्रयोग होते.

लोकप्रिय शास्त्रीय व्याख्याने आणि PSIच्या कार्यक्रमाचे एकंदर व्यवस्थापन यामध्ये प्रा. साहनी खूपच गुंतून गेले. दरम्यान, त्यांना जाणीव झाली की, शाळांमधील साधी साधनसामग्री दुरुस्त करण्याची सोय असल्याशिवाय कोणत्याही प्रांतामध्ये विज्ञान शिकवणे शक्य नव्हते. बाकीचे सर्व सभासद मात्र शास्त्रीय उपकरणांच्या दुरुस्तीमध्ये येणाऱ्या संभाव्य अडचणींचा बाऊ करीत होते; त्यामुळे दुरुस्तीचा प्रकल्प दूरच; पण प्रा. साहनींनी मांडलेल्या या उपकरणांच्या निर्मितीसाठीच्या कारखान्याचा प्रस्तावही फेटाळला गेला; पण त्यामुळे ते डगमगले नाहीत. अशा कारखान्याच्या आवश्यकतेची खात्री पटल्यामुळे आपल्याजवळ असलेला थोडा फार पैसा घालून १८८८ मध्ये त्यांनी PSI कारखाना सुरू केला. या प्रकल्पाचा निर्धाराने पाठपुरावा केला तर यश मिळेल असा त्यांना आत्मविश्वास होता.

प्रा. साहनींनी अल्लाबक्ष नावाच्या रेल्वे कारखान्यातील एका मिस्त्रीला गाठले. त्याच्याकडे काही सामान्य अवजारे आणि एका भात्यावर चालणारी साधी कोळशाची भट्टी होती. त्याला प्रा. साहनींनी उपकरणांचे काही साधे भाग बनवण्याचे काम दिले. या माणसाला त्या वेळी महिना २५ रुपये पगार होता. शिवाय कुलूपदुरुस्ती, किल्ल्या बनवणे आणि शेजाऱ्या- पाजाऱ्यांची इतर किरकोळ कामे यांतून त्याला आणखी दोन रुपये मिळत. नंतर तो PSI कारखान्याचा मुख्य मिस्त्री झाला. कामावर देखरेख

करण्यासाठी प्रा. साहनी मिस्त्री अल्लाबक्षच्या घरी दररोज चार तास तरी घालवीत. हे खरे श्रमाचे काम होते. सकाळी व्याख्यानाची आणि वर्गातल्या कामाची तयारी करायची, व्याख्याने द्यायची, कार्यक्रमाची व्यवस्था पाहायची, कॉलेजमध्ये कार्यालयीन काम करायचे आणि नंतर बरेच तास मिस्त्रीच्या घरी सुरू असलेल्या नव्या कारखान्याच्या कामावर देखरेख करायची असा त्यांचा दिनक्रम असे. कारखान्यात बनवलेले साधे भाग शाळांना निर्मितीच्या मूल्यात किंवा त्याहीपेक्षा कमी किमतीत विकले जात.

ही व्यवस्था सुमारे एक वर्षभर चालू राहिली. त्यानंतर कारखाना प्रा. साहनींच्या घरी हलवण्यात आला. ४५ रुपये मासिक पगारावर अल्लाबक्ष तिथे पूर्ण वेळ मिस्त्री म्हणून काम करू लागला. प्रा. साहनींनी आपली १५०० रुपयांची सर्व शिल्लक कारखान्याचा 'भांडवली खर्च' म्हणून गुंतवली. एक पूर्णवेळ मिस्त्री आणि काही अकुशल कामगार यांच्या जोरावर सुरू झालेल्या या कारखान्याचे काम कितीतरी पटींनी वाढले.

काही वर्षांनी कारखान्यात 'कुलुपे आणि तिजोऱ्यां'चे खाते सुरू करण्यात आले. त्याचा मुख्य उद्देश बऱ्याच प्रशिक्षित लोकांना अर्धा दिवस तरी कुलुपे बनवण्याचा उद्योग देणे हा होता. हे खाते सुरू केल्यानंतर महिनाभरातच इतर किरकोळ कामांनाही सुरुवात झाली. दोन प्रकारच्या कुलुपांचे डिझाइन करून त्यांचे उत्पादन सुरू झाले. ही कुलुपे दुसऱ्या कोणत्याही किल्लीने उघडत नसत. किल्ली हरवली तर ती तोडून उघडावी लागत. या कुलुपांची मागणी अल्पावधीतच इतकी वाढली की, या विभागाला मासिक १०० रुपयांचा निव्वळ नफा होऊ लागला. यावरून PSI कारखान्याच्या शास्त्रीय विभागाच्या यशाचा अंदाज येऊ शकतो. उपकरणांच्या विभागाला येणारा तोटा भरून काढण्यासाठी नियमित मासिक उत्पन्नाचे हे एक साधन झाले.

वाढत्या अनुभवाबरोबर कारखान्यात अधिक गुंतागुंतीच्या उपकरणांची दुरुस्तीही होऊ लागली. प्रा. साहनींच्या लोकप्रिय व्याख्यानांद्वारे सर्व प्रांतात कारखान्याची चांगली प्रसिद्धी होऊ लागली. पीडब्ल्यूडी (पब्लिक वर्क्स डिपार्टमेंट) मधूनही थिओडलाइट, प्रिझ्मॅटिक कंपासेस यांसारखी उपकरणे दुरुस्तीसाठी PSIच्या कारखान्यात येऊ लागली. अशा वेगवेगळ्या आणि नाजूक उपकरणांच्या दुरुस्तीसाठी पूर्ण तपासणीची आणि परीक्षणाची संधी मिळाल्यामुळे कारखान्यातील मिस्त्रींचा आत्मविश्वास वाढला.

शाळा आणि महाविद्यालयांत लागणारी प्रगत उपकरणे बनवू शकू अशी त्यांना स्वत:बद्दल खात्री वाटू लागली. १८९० च्या सुरुवातीपर्यंत चांगल्या दर्जाची शास्त्रीय उपकरणे बनवणारी संस्था अशी या कारखान्याची ख्याती झाली.

पितळ, जस्त आणि इतर धातूंच्या पट्ट्या, तांब्याच्या आणि पितळेच्या वेगवेगळ्या जाडीच्या तारा यांच्या खरेदीसाठी प्रा. साहनी एकदा मुंबईला गेले होते. त्याच वेळी ते शास्त्रीय उपकरणांचा व्यापार करणाऱ्या स्थानिक इंग्लिश फर्ममध्ये गेले. कारखान्याने या फर्मकडे काही वस्तूंची मागणी नोंदवली होती. त्याबद्दल त्यांना चौकशी करावयाची होती. तिथे त्यांना होशंगाबाद (आता मध्य प्रदेशात असलेले) येथील एक विज्ञान शिक्षक हिरालाल यांचे नाव समजले. हिरालालनी या फर्मकडे टेट्स (Tate's) हवेच्या पंपासाठी मागणी नोंदवली होती. घरी परतल्यावर प्रा. साहनींनी हिरालालना PSIचा कारखाना यासंबंधी माहिती देणारे एक विस्तृत पत्र लिहिले. त्यामध्ये त्यांनी PSIच्या कारखान्यात उत्पादित केल्या जाणाऱ्या उपकरणांची यादी दिली होती. ब्रिटिश फर्मच्या निम्म्या किमतीत आणि पसंत केल्यानंतरच उपकरणे पाठवण्याची हमीही त्यात दिली होती. शिवाय जरूर वाटल्यास PSI या कारखान्याच्या खर्चाने या वस्तू परत घेण्याचीही त्यांनी तयारी दर्शवली होती. परिणामी, त्यांचे हिरालालशी खूप काळापर्यंतचे दृढ संबंध निर्माण झाले आणि त्यानंतर हिरालाल या कारखान्याचे एक कायमचे आधारस्तंभ झाले.

चांगल्या आर्थिक परिस्थितीमुळे काही शाळांना ४ ते ७ रुपये किमतीची साधी उपकरणे भेट म्हणून पाठवणे कारखान्याला शक्य होऊ लागले. एक परिपत्रक काढून प्रांतातील पाचही शाळा तपासनिसांना कारखान्याचा इतिहास, प्रगती आणि काम करण्याची क्षमता याबद्दल माहिती देण्यात आली. कारखान्यात बनवलेली निवडक बारा उपकरणे त्यांना देण्यात आली आणि या उपकरणांची कार्यपद्धती त्यांना समजून सांगण्यासाठी आणि ती चालवून दाखवण्यासाठी एका मिस्त्रीची नेमणूकही करण्यात आली. या पाच तपासनिसांपैकी एकुलते एक भारतीय तपासनीस, मास्टर प्यारेलाल यांच्याकडून या उपक्रमाला प्रतिसाद मिळाला. इतरांनी या परिपत्रकाची दखलही घेतली नाही.

१८९३ च्या उन्हाळ्यात प्रा. साहनींना पुण्याच्या नामजोशींकडून

हिवाळ्यात भरणाऱ्या एका उद्योगविषयक परिषदेचे निमंत्रण आले. नामजोशी हे देशातील उद्योगधंद्याच्या प्रगतीला कारणीभूत असलेले प्रसिद्ध समाजसेवक होते. नवीन उद्योगधंद्यामध्ये खास रस असलेल्या मोठ्या संबंधित वर्गाला PSI हा कारखाना माहीत करून देण्याची ही एक सुसंधी होती.

लाहोरमधून प्रदर्शनासाठी आणलेल्या उपकरणांची तपासणी करून त्यावर अहवाल देण्यासाठी परिषदेने तीन सभासदांची एक समिती नेमली होती. आश्चर्य म्हणजे या समितीने आपला अहवाल गुप्त ठेवला. याचे कारण प्रा. साहनींना कोणीच सांगत नव्हते किंवा सांगायला नाखूश होते. शेवटी गुप्तपणे प्रा. साहनींना सांगण्यात आले. 'ही उपकरणे लाहोरमध्ये किंवा भारतात इतर कुठेही बनवणे शक्य आहे यावर समितीचा विश्वास बसत नाही.' उलट त्यांची अशी खात्री झाली आहे की, प्रदर्शनीय उपकरणे इंग्लंडमध्ये बनवली गेली असावीत. PSI या कारखान्याने फक्त त्यावरील मूळ मुलामा वगैरे काढून ती भारतीय बनावटीची वाटावीत म्हणून त्यावर स्वतःचा मुलामा चढवला असेल. मुंबई आणि इतर ठिकाणच्या युरोपियनांनाही बरेच कौशल्य आणि साधनसामग्री वापरूनदेखील अशा वस्तू बनवता आल्या नव्हत्या ही सत्य गोष्ट याचा पुरावा होती.

परिषदेच्या शेवटी अध्यक्षांच्या परवानगीने प्रा. साहनींनी आपल्या कारखान्याविषयी माहिती देणारे दहा मिनिटांचे एक भाषण केले. परिषदेमध्ये प्रदर्शनासाठी आणलेल्या उपकरणांबद्दल त्यात खास माहिती सांगितली. या भाषणात ते म्हणाले, ''माझ्या दृष्टिकोनातून PSI या कारखान्याचा गौरव याहून चांगल्या पद्धतीने परिषद करूच शकली नसती. समितीने व्यक्त केलेल्या मताचे दोनच अर्थ होतात. मुलाम्याबद्दल बोलायचे झाले तर लाहोर बनावटीची उपकरणे कार्यक्षमतेमध्ये आयात उपकरणांइतकीच चांगली आहेत हा एक अर्थ आणि दुसरा म्हणजे मुंबई प्रांतातील अधिक प्रगत लोकांना जी गोष्ट जमली नाही असे ते कबूल करीत आहेत ती करण्यात लाहोरचा कारखाना यशस्वी झाला आहे.'' प्रा. साहनींनी तीन पर्याय सांगून या अहवालाला आव्हान दिले. पहिला म्हणजे परिषदेने नेमलेल्या कितीही लोकांनी लाहोरमधील PSI या कारखान्याला भेट द्यावी. तेथील उपकरणांच्या उत्पादन कार्याची पाहणी

करावी. या नेमलेल्या व्यक्तींचा जाण्या-येण्याचा द्वितीय वर्गाच्या प्रवासाचा खर्च कारखान्याकडून दिला जाईल. दुसरा पर्याय म्हणजे उपकरणांच्या उत्पादनासाठी आवश्यक सवलती दिल्यास पुणे, मुंबई किंवा समिती सांगेल त्या ठिकाणी कारखान्याच्या प्रमुख मिस्त्रीला आणणे. मिस्त्रीचा पगार समिती देईल याबद्दल त्यांना खात्रीचा शब्द हवा होता आणि मिस्त्री एक महिन्यापेक्षा जास्त काळ तेथे राहाणार नाही. तिसरा पर्याय म्हणजे परिषदेने कोणत्याही उपकरणाची कारखान्याकडे मोठी मागणी नोंदवावी. त्यांच्या किमती इंग्लिश किमतीपेक्षा निम्म्याने कमी असल्यामुळे परिषदेचा यात तोटा नक्कीच झाला नसता.

प्रा. साहनींच्या या नम्र निवेदनाचे टाळ्यांच्या कडकडाटात स्वागत झाले. बडोद्याचे प्रा. मोडक (बहुधा अहवाल समितीचे अध्यक्ष) पुढे आले आणि त्यांनी प्रा. साहनींना मिठी मारली. प्रा. मोडकांच्या नंतरच्या काळात प्रा. साहनींशी झालेल्या मैत्रीची आणि कारखान्याशी संबंधांची ही सुरुवात होती.

कारखान्याकडे सार्वजनिक लक्ष वेधले जाण्याचा हा एकच प्रसंग नव्हता. १९०६ मध्ये भरलेल्या कलकत्ता व्यापार-उद्योग प्रदर्शनात प्रा. जे. सी. बोस हे शास्त्रीय उपकरणांच्या विभागावरील समितीच्या परीक्षकांपैकी एक होते. कारखान्याने प्रदर्शनासाठी लावलेल्या हातभाराची त्यांनी स्तुती केली होती. प्रदर्शनात कारखान्याला सुवर्णपदक मिळाले होते.

त्यानंतरचा कारखान्याचा इतिहास म्हणजे चांगली कामगिरी आणि यशाची कहाणीच आहे. त्यांचे उत्पादन वाढले, विक्री वाढली आणि इतर प्रांतांमध्ये कीर्ती पसरून देशाच्या दूरदूरच्या भागांतून त्यांच्याकडे मागण्या येऊ लागल्या.

काळाच्या बदलानुसार त्यांच्या उत्पादनाचा दर्जा सुधारत गेला. रेझिस्टंस बॉक्स आणि रासायनिक तराजूसारख्या नाजूक आणि आधुनिक उपकरणांचे उत्पादनही तेथे सुरू झाले. बहुतेक आयात वस्तूंच्या तुलनेत त्यांचा दर्जा उत्तम असे.

एक गोष्ट खरी की, संशोधन कार्यात वापरल्या जाणाच्या सर्वोत्तम उपकरणांच्या जवळपास ते कधी पोहोचू शकले नाहीत; पण कारखान्यामध्ये उत्पादित होणाच्या अशा नाजूक उपकरणांना येणारी मागणीही इतकी मर्यादित असे की, त्यांचे कॅलिब्रेशन (calibration) आणि खात्रीशीर परीक्षणाची

व्यवस्था करणे हे फार कठीण होत असे. विक्री वाढीसाठी जोरदार प्रयत्न करूनदेखील फारच थोड्या आणखी मागण्या ते मिळवू शकले. कदाचित या सर्व अडचणींचा आधीच विचार केल्यामुळे असेल; पण कारखान्याच्या कार्यक्षेत्रात आणि पद्धतीत बदल करावा असे प्रा. साहनींना वाटू लागले होते.

कारखान्यात काही नवीन कामे सुरू करण्याची त्यांची तीव्र इच्छा होती. दुर्बिणी आणि विद्यार्थ्यांचे सूक्ष्मदर्शक यांना बऱ्यापैकी वाढलेली मागणी लक्षात घेऊन तो विभाग सुरू करावा असा त्यांनी विचार केला. भिंगे घासण्यासाठी जरूर असणारी साधने आणण्याच्या उद्देशाने बरीच मोठी रक्कम बरोबर घेऊन १९१४ मध्ये ते जर्मनीला गेले; पण पहिले महायुद्ध सुरू झाले आणि इंग्लंडमध्ये एक वर्ष राहून रिकाम्या हाताने त्यांना घरी परतावे लागले.

मध्यंतरी द सोसायटी फॉर द प्रमोशन ऑफ सायंटिफिक नॉलेज (SPSK) नावाची एक नवीन संस्था सुरू झाली. लाहोर वैद्यकीय महाविद्यालयाच्या काही विद्यार्थ्यांनी PSIसारखीच उद्दिष्टे नजरेसमोर ठेवून ही संस्था स्थापन केली होती. डॉ. सी. सी. कालेब हे तिचे अध्यक्ष होते. प्रा. साहनींच्या बरोबर PSIची स्थापना करणारे प्रा. ओमान या वेळेपर्यंत भारत सोडून गेले होते. १० वर्षे चाललेल्या दयाल सिंग विल या गुंतागुंतीच्या खटल्यामध्ये प्रा. साहनी पार बुडून गेले होते. PSIचे बरेच सदस्य SPSKमध्ये शिरले होते. एकाच उद्दिष्टाने कार्य करणाऱ्या दोन संस्थांसाठी पुरेशी जागासुद्धा नव्हती. प्रा. साहनी सभासद असलेल्या विज्ञान विभागाचे प्रमुख प्रा. ए. एस. हेम यांनी काही व्यावहारिक अडचणींमुळे PSI बंद करण्याचा निर्णय घेतला. PSIची सर्व मालमत्ता डॉ. सी. सी. कालेब यांच्या नेतृत्वाखालील नवीन संस्थेकडे सुपूर्द करण्यात आली. प्रा. साहनींचे एक स्वप्न अशा तऱ्हेने संपुष्टात आले.

— नरेंद्र के सहगल

नैसर्गिक रसायनशास्त्रज्ञ

प्रा. पूरणसिंग

एकोणिसाव्या शतकाच्या शेवटचा भाग हा भारतीय इतिहासाच्या संदर्भात बऱ्याच कारणांसाठी लक्षात राहावा असा कालखंड होता. वसाहतवाद्यांच्या शासनाखाली असलेल्या देशामध्ये देशभक्तीचे वारे या सुमारासच वाहू लागले होते. आपल्या हक्काच्या नैसर्गिक संपत्तीचे वसाहतवाद्यांकडून होत असलेले शोषण त्याच वेळी एतद्देशीयांना दिसू लागले. जगात इतर ठिकाणी होत असलेला आधुनिक विज्ञानाचा आणि शिक्षणाचा विकास पुरातन धर्माच्या या देशातील लोकांच्या लक्षात याच वेळी येऊ लागला. याच कालखंडात भारतीय उपखंडात शास्त्रज्ञांचा एक नवीन पंथ उदयाला आला. आजच्या भारतीय विज्ञानाच्या भव्य इमारतीचा पाया त्यांनी रचला. अशांपैकी एक सुविख्यात व्यक्ती म्हणजे पंजाबचे रसायनशास्त्रज्ञ पूरणसिंग. एच. एस. विर्क या त्यांच्या चरित्रकाराने पंजाबच्या या सुपुत्राचे **द इंडियन जर्नल ऑफ हिस्टरी ऑफ सायन्स**मध्ये पुढीलप्रमाणे वर्णन केले आहे, ''पंजाबमध्ये जन्मलेले बहुतेक पहिलेच नामवंत रसायनशास्त्रज्ञ.'' कठीण अडचणींतून मार्ग

काढून जंगली उत्पादनांचा वापर करण्यासाठी रसायनशास्त्राद्वारे प्रयत्न करणारे ते पुरोगामी शास्त्रज्ञ होते. दुःखाची गोष्ट म्हणजे आज त्यांचे नाव इतिहासाच्या पुस्तकांमध्येसुद्धा कुठे तरी अडगळीत टाकून दिलेले आढळते.

पंजाबच्या ॲबटाबाद जिल्ह्यात सल्हाड या लहानशा खेडेगावात १७ फेब्रुवारी १८८१ रोजी प्रा. पूरणसिंग यांचा जन्म झाला. हे खेडेगाव आता पाकिस्तानात आहे. शालेय जीवनामध्ये ते एक हुशार विद्यार्थी होते. लाहोरच्या डी. ए. व्ही. महाविद्यालयातून ते एफ.ए.ची परीक्षा उत्तीर्ण झाले. त्या वेळी या खंडप्राय देशामध्ये पुढच्या शिक्षणाला फारसा वाव नव्हता. मुंबई, कलकत्ता आणि मद्रास अशा तीनच दूरच्या ठिकाणी विद्यापीठे होती. शीख शासनाखाली असलेल्या पंजाबमध्ये मदरसे, पाठशाळा आणि चटसाल (chatsals) यांसारख्या परंपरावादी शिक्षण संस्था होत्या. ब्रिटिशांनी पंजाब सामील करून घेतल्यानंतर परिस्थिती थोडी सुधारली. लाहोर येथे ओरिएंटल महाविद्यालयाची स्थापना झाली. येथेही विसाव्या शतकातील पहिल्या पंचवीस वर्षापर्यंत बी.एस्सी. (ऑनर्स) आणि एम.एस्सी.चा शास्त्राचा अभ्यास करण्याची सोय उपलब्ध नव्हती. त्या काळातील इतर पुष्कळ तरुणांप्रमाणे पूरणसिंग यालाही पुढच्या अभ्यासासाठी परदेशी जावे लागले. सन १९०० मध्ये ते जपानला गेले आणि औषधोत्पादनसंबंधी रसायनशास्त्र शिकण्यासाठी त्यांनी टोकिओ विद्यापीठामध्ये प्रवेश घेतला. पूरणसिंग यांच्या परदेशी अभ्यासासाठी आर्थिक साहाय्य करायला कोणीही महाराजा पुढे आला नाही; त्यामुळे रावळपिंडीच्या विद्वान शीख लोकांनी त्यांच्यासाठी निधी गोळा केला.

टोकिओ येथील पूरणसिंग यांचे विद्यार्थिदशेतील दिवस विविध घटनांचे होते. मात्र, त्यात खळबळजनक असे काहीही नव्हते. त्यांच्यातील भावनाप्रधान तरुणाने त्यांना आधी बौद्ध भिक्षू व्हायला भाग पाडले. पुढे योगायोगाने स्वामी रामतीर्थाशी झालेल्या भेटीनंतर विचार बदलल्यामुळे सिंग वेदान्तिन झाले. धार्मिक कारवायांखेरीज त्यांची विद्यार्थी राजकारणातही लुडबुड चालू होती. त्यांनी एका इंडो-जपानी क्लबची स्थापना केली. या क्लबतर्फे **थंडरिंग डॉन** (Thundering Dawn) या नावाचे एक नियतकालिक ते प्रसिद्ध करू लागले. यातून त्यांनी वसाहतवादी

शासनाखालील भारतीयांच्या यातना बाहेरच्या जगासमोर आणण्याचा जोरदार प्रयत्न सुरू केला. या सगळ्या कामांनी त्यांना संकटात टाकले. कलकत्त्याला उतरल्याबरोबर ब्रिटिशांनी त्यांना अटक केली. त्यांच्या आई-वडिलांनी त्यांची रदबदली केली नसती तर राष्ट्रविरोधी कारवायांसाठी त्यांना बरीच वर्षे तुरुंगात राहावे लागले असते; पण त्यांच्या आई-वडिलांनी त्यांची सुटका केली आणि ते त्यांना लाहोरला घेऊन आले.

लाहोरमध्ये मात्र पूरणसिंग यांना वास्तवाला सामोरे जावे लागले. परदेशी प्रशिक्षण घेतलेल्या शास्त्रज्ञाला कामाची संधी मिळणे त्या दिवसांत फारच अवघड होते. तरी आजच्या तुलनेत अशा माणसांची संख्या तेव्हा काही शेकड्यांतच होती. शिवाय आई-वडिलांनी समाजाकडून पूरणसिंग यांच्या शिक्षणासाठी घेतलेल्या कर्जाचा बोजाही त्यांच्या डोक्यावर होताच. या सर्व गोष्टींमुळे आपल्या शास्त्रीय ज्ञानाचा उपयोग आर्थिक फायद्यासाठी करावयाचा असे पूरणसिंग यांनी ठरवले. उद्योगी असल्यामुळे त्यांनी जिरॅनियम (Geranium) आणि लिंबाच्या जातीच्या (Citrous) झाडांपासून मूलभूत अर्क काढून तेले बनवण्यासाठी एक लहान कारखाना सुरू केला. लाहोरच्या अनारकली बझार विभागात या कारखान्याचा अर्क ऊर्ध्वपातन (Distillation) प्रक्रिया विभाग होता. तिथे उच्च दर्जाची आधुनिक अशी कोणतीही साधनसामग्री नव्हती. स्थानिक कुंभार आणि लोहारांनी बनवलेली काही मातीची आणि धातूची भांडी तिथे होती. इतकी ओबडधोबड मांडणी असूनदेखील पूरणसिंग यांना उत्तम परिणाम मिळू लागले आणि त्यांनी आपल्या उत्पादनांची विक्रीही सुरू केली. दुर्दैवाने भागीदाराशी मतभेद झाल्यामुळे हा उद्योग फार काळ टिकाव धरू शकला नाही.

लाहोरमधील हा अर्क ऊर्ध्वपातन विभाग बंद झाल्यानंतर पूरणसिंग डायमंड ज्युबिली हिंदू टेक्निकल स्कूलचे मुख्याध्यापक झाले. दोन वर्षांनंतर १९०६ मध्ये साबणाचा कारखाना काढण्यासाठी ते डेहराडूनला गेले. एक वर्षाने हा कारखाना विकून टाकून डेहराडून येथील फॉरेस्ट रिसर्च इन्स्टिट्यूट (FRI) मध्ये ते रसायनशास्त्रज्ञ म्हणून काम करू लागले. तिथे त्यांनी जंगलातील उत्पादनांच्या रासायनिक विभागामध्ये शून्यापासून सुरुवात करून स्वतःची एक प्रयोगशाळा स्थापन केली. मूलभूत अर्कांच्या बाबतीतली त्यांची आवड पुन्हा एकदा जागृत झाली.

इथे त्यांना संशोधनाला उपयोगी पडणारे वातावरण आणि हाताशी सुयोग्य सोयी-सवलती उपलब्ध झाल्या; त्यामुळे युकॅलिप्टस ग्लोब्यूलस (Eucalyptus globulus) जेरॅनियम, विंटर-ग्रीन, चंदन या आणि अशा इतर जंगली झाडा-झुडुपांपासून मूलभूत अर्क काढणे, तो वेगळा करणे आणि त्याचे पृथक्करण करणे या कामांमध्ये पूरणसिंग पूर्ण वेळ गुंतून गेले. कापराच्या तेलाच्या ऊर्ध्वपातनासाठी त्यांनी एक नवीन कन्डेन्सरही (condenser) विकसित केला. भारतामध्ये मूलभूत अर्कांचा उद्योग सुरू व्हावा अशी त्यांना फार इच्छा होती. यासाठी मूलभूत अर्कांच्या रसायनशास्त्राच्या भक्कम पायाची गरज आहे अशी त्यांना जाणीव झाली; त्यामुळे बऱ्याचशा तेलबियांच्या तेल देणाऱ्या गुणधर्मांचा त्यांनी अभ्यास केला आणि ते गुणधर्म निश्चित केले. **पाइनस खास्या, पाइनस मर्कुसी** आणि **पाइनस एक्सेल्सी** यांसारखी पाइनची झाडे आणि **चिर** रेझिन यांसारख्या विविध उगमांपासून टर्पेंटाइन तेलाचा अर्क काढणे, ऊर्ध्वपातन आणि शुद्धीकरण यासाठी त्यांनी नवीन सुधारित पद्धतीही शोधून काढल्या. FRIमधून निवृत्त झाल्यानंतरदेखील त्यांनी या उद्दिष्टांचा पाठपुरावा केला. (तब्येतीच्या कारणामुळे ते FRIमधून खूप लवकर निवृत्त झाले.)

निवृत्तीनंतर ग्वाल्हेरचे महाराजा सिंदिया यांच्या सेवेत असताना त्यांनी नापीक जमिनीवर रोशा गवत आणि **युकॅलिप्टस ग्लोब्यूलस** यांची लागवड सुरू केली. हे तेल इंग्लंडला निर्यात होऊ लागले. या प्रयत्नांचा ब्रिटिश सरकारवर एवढा प्रभाव पडला की, त्यांनी रोशा गवताच्या लागवडीसाठी पूरणसिंग यांना १५ मोरब्बा (चौरस) जमीन दीर्घ मुदतीच्या भाडेपट्ट्याने दिली. त्यांच्या कार्याची मूलभूत अर्क उद्योगालासुद्धा अप्रत्यक्षरीत्या खूप मार्गांनी मदत झाली. उदाहरणार्थ, दक्षिण भारतातील चंदनाचे त्यांनी ठरवलेले अर्क मूल्य, चंदनाच्या लागवडीविषयींचे त्यांचे संशोधन आणि त्यापासून चंदनाचे तेल बनवण्याची त्यांनी शोधलेली पद्धत यामुळे भारतातील चंदनाच्या तेलाचा उद्योग वाढायला खूप मदत झाली. पूरणसिंग यांनी जंगलातूनही विविध प्रकारच्या तेलबिया गोळा केल्या होत्या. मूलभूत अर्कांच्या निर्मितीसाठी त्यांचा कितपत उपयोग होऊ शकेल याविषयी त्यांनी परीक्षण केले होते.

पूरणसिंग यांच्या रसायनशास्त्रातील कामगिरीचा फायदा झालेला दुसरा उद्योग म्हणजे भारतात नव्याने सुरू झालेला टॅनिन उद्योग होता. टॅनिन्स ही बाभूळ, ओक वगैरे झाडांच्या सालींपासून मिळणारी सेंद्रिय रासायनिक गटातील आम्ले आहेत. कातडी कमावण्याच्या कामासाठी ती वापरली जातात. मॅनग्रोव्ह (Rhizophora muocranata), मायरोबॅलन्स (Pistacia integerrima), अरवल (Cassia auriculata) आणि अक्रोडाचे झाड या वनस्पतींमधील टॅनिनचा पूरणसिंगनी अभ्यास केला. भारतीय ओक (Terminalia tomentosa) आणि ब्रह्मदेशी मायरोबॅलन्स यापासूनही त्यांनी टॅनिनचा अर्क काढला. एवढेच नाही तर भारतात प्रथम त्यांनी टॅनिनचा अंदाज ठरवण्यासाठी ताजे बनवलेले निकेल हायड्रॉक्साइड वापरून रासायनिक परीक्षणाची नवीन पद्धत शोधून काढली. तोपर्यंत जनावरांचे चूर्ण केलेले कातडे वापरून ओबडधोबड पद्धतीने टॅनिनचा अंदाज केला जात असे.

पूरणसिंग यांनी ज्या औषधोत्पादन रसायनशास्त्राची पदवी मिळवली होती त्या क्षेत्रापासून FRI येथील संशोधनकार्य आणि मूलभूत अर्कांमध्ये असलेली त्यांची गुंतवणूक पाहाता, ते दूर गेल्यासारखे वाटतात; पण त्यांच्या कामाचे नीट निरीक्षण केल्यास असे दिसते की, त्यांनी त्याकडे संपूर्ण दुर्लक्ष केले नव्हते. उदाहरणार्थ, भारतीय जंगलांमध्ये औषधी वनस्पतींची लागवड करण्यात त्यांना खूप रस होता. चंदनाचे तेल आणि विंटरग्रीन तेल यांसारख्या काही मूलभूत अर्कांचे रोगनिवारक मूल्य निश्चित करण्याचा प्रयत्नही त्यांनी केला होता.

रसायनशास्त्र हा एकच पूरणसिंग यांचा आवडता विषय नव्हता. साहित्य आणि सामाजिक प्रश्नांमध्येही त्यांना खूप रस होता. उदाहरणार्थ, काही गरोदर स्त्रियांना होणाऱ्या माती खाण्याच्या तीव्र इच्छेचे त्यांना नेहमी आश्चर्य वाटत असे. त्यांनी सुचवले होते की, ज्या कारणांमुळे भारतीय हरणे माती खाण्यास प्रवृत्त होतात तीच कारणे या गोष्टीच्या मागेही असावीत- शरीराची खनिज क्षारांची गरज भागवणे. एका ब्रिटिश शास्त्रज्ञाबरोबर भारतीय लाकडापासून बदामी कोळसा बनवण्याचे तंत्रही पूरणसिंग यांनी विकसित केले होते. नवी दिल्ली येथील आयआयटीमधील काही इंजिनिअर आता हे तंत्र पुनरुज्जीवित करण्याचा प्रयत्न करीत आहेत.

कच्च्या साखरेपासून स्वच्छ आणि रंगहीन पांढरे असे साखरेचे स्फटिक बनवण्याच्या तंत्राचे पूरणसिंग यांनी पेटंट घेतले होते. ते तंत्र त्या वेळच्या साखर उत्पादकांना अतिशय आवडले होते. कारण त्यासाठी त्यांना वापराव्या लागणाऱ्या हाडांच्या कोळशाला धार्मिक कारणांसाठी गिऱ्हाइकांचा तीव्र विरोध होता. पूर्णतः नवीन असलेल्या क्षेत्रात त्यांनी एक अभिनव तंत्र शोधले होते. त्या वेळी सोयी- सवलती तर दूरच; पण संशोधन नियतकालिकांच्या रूपाने माहिती मिळवणेदेखील फार अवघड होते; त्यामुळे वाराणसी येथे १९२५ मध्ये बनारस हिंदू विद्यापीठामध्ये भरलेल्या भारतीय विज्ञान काँग्रेसमध्ये त्यांच्या या प्रयत्नांचे कौतुक झाले.

पूरणसिंग यांच्या साहित्यिक कामगिरीत इंग्रजी, हिंदी व पंजाबीमध्ये लिहिलेल्या सुमारे दोन डझन पुस्तकांचा समावेश होतो. एच. एस. विर्क यांच्या म्हणण्याप्रमाणे 'त्यांच्या लिखाणात पंजाबच्या वर्तमान कठीण परिस्थितीचा संदर्भ असतो आणि प्रश्नांची उत्तरे सोडवण्याचा प्रयत्नही केलेला दिसतो.' 'त्यांना एक विलक्षण दूरदृष्टी लाभली होती. कम्युनिझमचा पाडाव आणि सोव्हिएट युनियनची शकले होणार हे भविष्य त्यांनी आधीच वर्तवले होते.' एच. एस. विर्क म्हणतात, कवी म्हणून पूरणसिंग यांनी महान रहस्यमय कविता लिहिल्या आहेत. नोबेल पारितोषिक मिळण्याएवढी त्यांची योग्यता आहे असा त्यांना विश्वास होता.

त्यांच्या विज्ञानातील कामगिरीला जन्मभूमीमध्ये जरी त्या काळात मान्यता मिळाली नाही तरी परदेशात मात्र तिचे खूप कौतुक झाले. रसायनशास्त्रज्ञांमध्ये सन्माननीय समजल्या जाणाऱ्या, केमिकल सोसायटी ऑफ जपान आणि रॉयल केमिकल सोसायटी ऑफ लंडन या दोन संस्थांचे ते सभासद होते. अशा या शास्त्रज्ञ, मानवतावादी, रहस्यमय कवीचे वयाच्या ५० व्या वर्षी २१ मार्च १९३१ रोजी डेहराडून येथे निधन झाले.

— कोल्लेगला शर्मा

धर्मयोद्धा

महेंद्रलाल सरकार

आज भारतामध्ये शुद्ध शैक्षणिक आणि व्यावहारिक अशा दोन्ही प्रकारच्या संशोधनासाठी अनेक वैज्ञानिक संस्था आणि प्रयोगशाळा निघाल्या आहेत. स्वातंत्र्यानंतर काही दशकांतच एवढे शास्त्रज्ञ आणि तंत्रज्ञ भारतात निर्माण होऊ शकले ही नक्कीच अभिमानाची बाब आहे. यांपैकी बऱ्याचशा वाढीचे श्रेय होमी जे. भाभा, मेघनाद साहा आणि एस. एस. भटनागर यांच्यासारख्या दिग्गजांकडे जाते.

त्याच्या पुष्कळ आधी म्हणजे १८७६ मध्ये, स्वातंत्र्यानंतर अमलात आलेल्या राष्ट्रीय विज्ञानाच्या दृष्टिकोनाचा कलकत्त्याचे डॉक्टर महेंद्रलाल सरकार यांनी विचार केला होता. (हे फारच थोड्या लोकांना ठाऊक आहे.) यासाठी त्यांनी देशामध्ये अग्रणी अशी वैज्ञानिक संस्थाही बांधली होती. 'इंडियन असोसिएशन फॉर द कल्टिव्हेशन ऑफ सायन्स' या नावाची ही संस्था स्वातंत्र्यपूर्व भारतातील एक महत्त्वपूर्ण वैज्ञानिक संस्था होती. सी. व्ही. रामन यांनी नोबेल पारितोषिक विजेते संशोधन केल्यानंतर ही संस्था संपूर्ण जगात सुप्रसिद्ध झाली. राजा राममोहन

रॉय यांना जर भारतातील विज्ञान शिक्षणाचे पिता म्हटले तर सरकार यांना भारतीय विज्ञानाचे प्रमुख आदर्श नक्कीच म्हणता येईल. भारतीयांमध्ये स्वत: केलेल्या शास्त्रीय संशोधनाला प्रोत्साहन देण्यासाठी त्यांनी या असोसिएशनची स्थापना केली. त्या वेळी युरोपियन लोकांची अशी खात्री होती की, एतद्देशीयांना फक्त तर्कावर आधारलेले आणि अव्यवहार्य असे सिद्धान्त तेवढे मांडता येतात. आज असोसिएशनपेक्षा कितीतरी मोठ्या संस्था निघाल्या आहेत; पण विज्ञानातील नोबेल पारितोषिक विजेता निर्माण करणारी देशातील एकमेवाद्वितीय संस्था म्हणून तिचे स्थान अढळ आहे.

कलकत्त्याजवळील पाईकपारा गावातील एका शेतकरी कुटुंबात २ नोव्हेंबर १८३३ रोजी सरकार यांचा जन्म झाला. अनाथ असल्यामुळे कलकत्त्यात मामाच्या घरी त्यांचे संगोपन झाले. त्यांच्या कुशाग्र बुद्धीमुळे शाळेत आणि महाविद्यालयात त्यांना नेहमीच शिष्यवृत्ती मिळत असे. इंग्रजी साहित्यातील महान कलाकृती वाचायला त्यांना खूप आवडत होत्या, तरी त्यांना लवकरच विज्ञानाच्या अभ्यासाची गरजही भासू लागली. कारण जॉन स्टुअर्ट मिल आणि टी. एच. हक्सले यांसारख्या त्यांच्या आवडत्या लेखकांचे प्रगत लिखाण त्यांना आकलन होईना. म्हणून त्यांनी कलकत्ता वैद्यकीय महाविद्यालयात प्रवेश घेतला. तिथे थोड्या प्रमाणात विज्ञान शिकवले जाई. इथे त्यांना स्वत:चा खरा सूर सापडला आणि सर्व बक्षिसे, शिष्यवृत्त्या, पदके यांचे ते मानकरी ठरले. LMSच्या शेवटच्या परीक्षेत नुकत्याच झालेल्या एका खटल्यावर आधारित असा वैद्यकीय न्यायतत्त्व शास्त्रातील एक प्रश्न त्यांना विचारला गेला. हा अलीकडचा खटला त्यांच्या परीक्षकांना माहिती नसल्यामुळे त्यांनी दिलेले या प्रश्नाचे उत्तर ग्राह्य धरले गेले नाही. नाहीतर १८६३ मध्ये या परीक्षेत त्यांना प्रथमवर्ग व सुवर्णपदकही मिळाले असते असे म्हटले जाते. मध्यंतरी त्यांनी आपल्या बरोबरच्या विद्यार्थ्यांना वैज्ञानिक विषयांवर भाषण द्यायला सुरुवात केली. विज्ञानाचे स्पष्टीकरण देण्याचे त्यांचे नैसर्गिक कौशल्य आणि भाषेवरील प्रभुत्व यामुळे विज्ञानाच्या बाबतीत ते श्रोतृवृंदाची मने जिंकत असत. या व्याख्यानांमधून नंतर बांधलेल्या संस्थेसाठी त्यांनी पैसेही गोळा केले.

लवकरच सरकार कलकत्त्यामधील आदरणीय डॉक्टरांपैकी एक

झाले. त्यांचा वैद्यकीय व्यवसाय जोरात सुरू झाला. ते ॲलोपाथीचे कडवे अनुयायी होते आणि इतर सर्व प्रकारच्या वैद्यकीबाबत ते उघडपणे विरुद्ध बोलत असत; पण नंतर त्यांच्या आयुष्यात वेगळे वळण आले. मॉर्गनच्या **फिलॉसॉफी ऑफ होमिओपाथी** या पुस्तकावरील अभिप्राय त्यांना विचारला गेला. मुळात या पुस्तकावर अभिप्राय देण्याचे सरकार यांनी अशासाठी कबूल केले होते की, होमिओपाथीचे तत्त्वज्ञान समजल्यामुळे त्यावर जास्त टीका करता येईल असे त्यांना वाटले होते; पण या पुस्तकाने त्यांच्यात आश्चर्यकारक बदल घडवला. रोग्यांवर इलाज करण्यातील होमिओपाथीचे तत्त्वज्ञान त्यांना समजले आणि ते होमिओपाथीकडे ओढले गेले. पुस्तकावर टीका न करता त्यांनी उघडपणे त्याची स्तुती केली; त्यामुळे त्यांनी सर्व वैद्यकीय व्यावसायिकांचे उघड शत्रुत्व ओढवून घेतले आणि या वैद्यकीय समाजाने त्यांना बहिष्कृत केल्यासारखे वागवायला सुरुवात केली. आपले मित्रही समंजसपणे आपल्याला समजून घेत नाहीत हे पाहिल्यावर ते गांगरून गेले. **इंडियन मेडिकल गॅझेट**च्या स्तंभामध्ये त्यांच्याविरुद्ध खोटे आरोप करण्यात आले आणि निंदायुक्त शेरे मारण्यात आले. मग त्यांच्या लक्षात आले की, भारतीय समाजातच असा काही दोष होता की, जो विज्ञानाच्या शिकवणीने सुधारू शकला असता. कारण विज्ञानाची शिकवण म्हणजे शेवटी सत्याचा शोधच असतो. भारतीय समाजाला जागे करावयाचे असेल तर विज्ञानाचे स्वरूप ग्रहण करणे अतिशय आवश्यक होते; त्यामुळे विविध वैज्ञानिक विषयांवर भाषणे देऊन जनतेमध्ये विज्ञान लोकप्रिय करण्याचा त्यांनी निश्चय केला.

यापुढे कोणतेही वैद्यकीय नियतकालिक आपले विचार प्रसिद्ध करणार नाही हे लक्षात घेऊन सरकार यांनी **कलकत्ता जर्नल ऑफ मेडिसिन** हे स्वतःचे प्रकाशन सुरू केले. त्यातून ते वैद्यकीय विज्ञानावरील आणि पद्धतींवरील स्वतःचे विचार प्रसिद्ध करू लागले. या नियतकालिकाच्या ऑगस्ट १८६९ च्या अंकात त्यांनी 'भारतीय एतद्देशीयांकडून भौतिक विज्ञानाच्या प्रगतीसाठी राष्ट्रीय संस्थेची इष्टता' या शीर्षकांचा लेख लिहिला. या लेखात त्यांनी आपल्या देशबांधवांना अशी संस्था निर्माण करण्याची आग्रहाची विनवणी केली होती. तसेच या संस्थेत भारतीयांसाठी पूर्ण वेळ वैज्ञानिक संशोधनाच्या सोयी

असाव्यात, म्हणजे पाश्चिमात्य जगात सुरू असलेली विज्ञानाची क्रांतिकारक प्रगती नुसती बघत बसण्याची वेळ त्यांच्यावर येणार नाही, असेही लिहिले होते. लंडनची **रॉयल इन्स्टिट्यूशन** आणि **द ब्रिटिश असोसिएशन फॉर ॲडव्हान्समेंट ऑफ सायन्स** या संस्थांच्या धर्तीवर मनात स्पष्ट उद्दिष्टे असलेली संस्था सुरू करण्याची त्यांची तीव्र इच्छा होती. तत्कालिन ब्रिटिश सरकारने या संस्थेमध्ये ढवळाढवळ न करता तिला पूर्ण स्वातंत्र्य द्यावे, असे त्यांना वाटत असे. ही संस्था भारतीयांच्या ताब्यात राहावी, त्यांनीच ती चालवावी आणि तिथे विचारांचे आणि निर्णय घेण्याचे स्वातंत्र्य असावे अशीही त्यांची इच्छा होती. **रिफ्लेक्शन्स ऑन द डिक्लाइन ऑफ सायन्स इन इंग्लंड** या पुस्तकाचे लेखक असलेले अष्टपैलू शास्त्रज्ञ चार्ल्स् बॅबेज यांचा त्यांच्यावर प्रखर प्रभाव होता. ब्रिटिश जनतेच्या मनावर वैज्ञानिक दृष्टिकोनाचा ठसा उमटवण्यासाठी बॅबेजनी **'ब्रिटिश असोसिएशन फॉर द ॲडव्हान्समेंट ऑफ सायन्स'** या संस्थेची स्थापना केली होती. सरकार यांच्या सुदैवाने बौद्धिक 'पुनरुज्जीवनाच्या' वेडाने त्या काळात बंगालला झपाटून टाकले होती. तीन मोठी विद्यापीठे आधीच सुरू झाली होती. देशात अभियंत्रिकी शिक्षणाचा पायाही घातला जात होता. अनेक सामाजिक आणि धार्मिक सुधारणांची सुरुवात करणाऱ्या राजा राममोहन रॉय यांनी वैज्ञानिक शिक्षणाची गरज आधीच लक्षात आणून दिली होती; पण नंतर हे काम त्यांनी त्या वेळच्या ब्रिटिश सरकारवर सोपवले होते. ही कल्पना वास्तवात आणण्याचे काम आता सरकारनी आपल्या शिरावर घेतले.

सरकार यांच्या लेखाने कलकत्त्यात खळबळ उडवून दिली. ईश्वरचंद्र विद्यासागर आणि बंकिमचंद्र चटर्जी यांनी या कल्पनेचे खुलेपणाने स्वागत केले. संस्थेसाठी वर्गणी आणि देणग्यांचा ओघ सुरू झाला. या लेखाचा पहिला दृश्य परिणाम म्हणजे कलकत्ता विद्यापीठात बी.ए.च्या परीक्षेला विज्ञान हा पर्यायी शिक्षणक्रम सुरू करण्यात आला. मध्येतरी एक बेल्जियन मिशनरी आणि खगोलशास्त्रज्ञ फादर लफॉन्ट यांच्यासारख्या काही शास्त्रज्ञांनीदेखील लोकप्रिय शास्त्रीय भाषणे करायला सुरुवात केली. प्रवेशद्वारावर जमलेले पैसे ते सरकार यांना संस्थेच्या बांधकामासाठी देऊ लागले. बंगालचे ले. गव्हर्नर रिचर्ड टेंपल यांचा

विश्वास संपादन करून सरकार यांनी बऱ्याच भारतीय महाराजांची मने वळवण्यात यश मिळवले. संस्थेच्या प्रयोगशाळेसाठी त्यांना या महाराजांकडून भरपूर आर्थिक मदतीची अपेक्षा होती. २९ जुलै १८७६ रोजी २१० बो बाझार स्ट्रीट येथे टेंपलनी **'इंडियन असोसिएशन फॉर द कल्टिव्हेशन ऑफ सायन्स'** या संस्थेचे उद्घाटन केले. (दु:खाची गोष्ट म्हणजे ही इमारत आता अस्तित्वात नाही.) कित्येक शतके विज्ञानाकडे उदासीनतेने पाहिल्यानंतर देशामध्ये भारतीय पद्धतीने विज्ञान संशोधनाची संधी उपलब्ध करून देण्याच्या मार्गावर टाकलेले हे पहिले पाऊल होते. जणू काही भारतीय विज्ञानाला स्वातंत्र्य मिळाले होते.

त्यांनी लेखात लिहिल्याप्रमाणे संस्थेचे स्वप्न वास्तवात उतरण्यासाठी सरकार यांना सात वर्षे कष्ट करावे लागले. संस्थेच्या इमारतीसाठी निधी जमवण्याकरिता त्यांनी भरीव, प्रचंड मोहिमा काढणे आणि व्याख्याने देणे हे तर केलेच; शिवाय त्यांना **इंडियन लीग** या अर्धराजकीय संस्थेशी निकराने लढावे लागले. भारतासारख्या गरीब देशात शास्त्रीय शिक्षण किंवा संशोधन ही चैनबाजी आहे, असा लीगचा दावा होता. त्याऐवजी तांत्रिक शाळा सुरू कराव्यात, म्हणजे देशातील उद्योगवाढीला मदत होईल असे त्यांनी सुचवले. त्यांनी खरोखरच २८ एप्रिल १८७७ रोजी **अल्बर्ट टेंपल ऑफ सायन्स** नावाच्या, तांत्रिक शिक्षणाला समांतर असे शिक्षण देणाऱ्या संस्थेच्या उभारणीचा पाया घातला; परंतु या संस्थेचे काम कधीच व्यवस्थित चालले नाही आणि लवकरच ती बंद पडली. मध्यंतरी सरकार यांच्या कल्पनांविरुद्ध एक दुष्ट प्रचाराची मोहीम सुरू करण्यात आली. त्यांची संस्था म्हणजे त्यांचा कल्पनाविलास आहे असे म्हटले जाऊ लागले. सनातनी लोक त्यांचे शत्रू बनले. कारण विज्ञान हे धर्मविरुद्ध आणि देवाविरुद्ध आहे अशी तेव्हा (आणि आजदेखील) समजूत होती. विज्ञानात औत्सुक्य निर्माण करण्यासाठी नुसते तांत्रिक शिक्षण पुरेसे नाही असे मत मांडून सरकार यांनी त्यांचा सामना केला. तांत्रिक कौशल्य भारतात तेव्हादेखील उपलब्ध होतेच; परंतु त्यात सुधारणा होण्यासाठी विज्ञानाच्या मदतीची आवश्यकता होती. वैज्ञानिक संशोधन म्हणजे देवाने केलेल्या निर्मितीमधील सत्याचा शोध आहे असा त्यांनी दावा केला. या लढाईत सरकार यांना यश मिळणार असे जेव्हा

इंडियन लीगला दिसू लागले तेव्हा त्यांनी तडजोडीचा एक शेवटचा प्रयत्न केला. पण कलकत्ता विद्यापीठाच्या सेनेट हॉलमध्ये जेव्हा उघड वादविवाद आयोजित केला गेला तेव्हा सरकार आपल्या मताला चिकटून राहिले. कारण तडजोड म्हणजे आपल्या स्वप्नांचा अंत असे त्यांना वाटत होते; पण नंतरच्या काळात असोसिएशनची स्थापना झाल्यानंतर देशामध्ये अशा संस्था आणि प्रयोगशाळांची एक साखळीच निर्माण झाली. या सर्वांचे नेतृत्व असोसिएशनने केले.

दुर्दैवाने सरकार जिवंत असेपर्यंत या असोसिएशनचा दर्जा एक विज्ञान शिक्षणाची आणि प्रयोग करण्याची सोय असलेली शाळा यापेक्षा वर जाऊ शकला नाही. निधी जमवण्यासाठी खूप प्रयत्न करून, प्रचारदौरे काढूनदेखील संशोधकांना पूर्ण वेळेचा पगार देता येईल एवढे पैसे सरकार यांना मिळू शकले नाहीत. त्यांनी एकदा म्हटले होते, 'आपल्या देशात संपत्तीचे दोन प्रकारचे साठे आहेत. एक सोन्या-चांदीच्या रूपात आणि दुसरा विद्वत्तेच्या. दुसऱ्या प्रकारच्या संपत्तीची मुक्तता करण्यासाठी पहिल्या प्रकारची संपत्ती प्रथम मुक्त करायला हवी.' सरकार यांच्या अखेरच्या दिवसांत असोसिएशनच्या संदर्भात लोकांचे औदासीन्य बघून त्यांचा संताप होई. ही संस्था बांधण्यात आपण आपला वेळ व्यर्थ घालवला असे त्यांना वाटू लागले. १९०४ मध्ये त्यांचे निधन झाले. त्यापूर्वी भारतीय विद्वत्तेवर त्यांचा परत विश्वास बसण्यासाठी कारणीभूत असलेल्या दोन घटना घडल्या. रेडिओ विज्ञानातील जे.सी. बोस यांचे शोध आणि पी.सी.रे यांचे नायट्राइट्सवरील संशोधन. आयुष्याच्या शेवटी शेवटी त्यांनी उद्गार काढले होते, 'माझ्या योजनेचे अंतिम यश ती राष्ट्रीय चळवळ होते की नाही या गोष्टीवर अवलंबून राहील.'

सरकार जरी निराश मनानेच मृत्यू पावले तरी त्यांनी देशात वैज्ञानिक संशोधनाचा पाया घातला होता. कलकत्ता विद्यापीठात लवकरच विज्ञान शाखेचे ऑनर्स आणि मास्टर्स पदव्यांचे अभ्यासक्रम सुरू करण्यात आले. त्याच काळात स्वदेशीची चळवळही सुरू झाली होती. ही चळवळ असोसिएशनची ऋणी होती. कारण देशाच्या सेवेसाठी विज्ञानाची कास धरणारी माणसे या संस्थेनेच चळवळीला पुरवली होती. १९३० मध्ये सी. व्ही. रामन् यांना भौतिकशास्त्राचे नोबेल

पारितोषिक मिळाले. त्या वेळी आपल्या संशोधनाचे श्रेय सरकार यांना देऊन त्यांनी त्यांचा सर्वोच्च बहुमान केला. १९७६ मध्ये असोसिएशनने शताब्दी साजरी केली. आज जादवपूर येथे असलेल्या त्यांच्या प्रयोगशाळांमध्ये अनेक विषयांवर वैज्ञानिक संशोधन सुरू असते.

— दिलीप म. साळवी

बेबंद घोडेस्वार

(इंधन आणि वंगणांचा संशोधक)

कोलाचल सिता रामय्या

युद्धकाळातील मॉस्कोमध्ये सकाळी कामावर निघालेले असताना नाझी बॉम्बशी त्यांचा तिसऱ्यांदा संबंध येत होता. तो बॉम्ब नकली निघाल्यामुळेच ते त्यातून वाचले होते. आता मेट्रोतून घरी परतत असताना गाडी बदलण्यासाठीच्या जंक्शनवर जिन्याच्या पायथ्याशी ते प्रवाशांच्या गर्दीत अडकले होते. समोर असलेल्या स्त्री-पुरुषांच्या समुदायाकडे पाहताना त्यांच्या मनात आले, त्यांची डोकी ब्राउनियन हालचालीतील रेणूप्रमाणे अव्यवस्थित पद्धतीने हलत आहेत. जिन्यावरील स्थिर प्रवाहामध्ये पाऊल टाकण्यापूर्वीची ही हालचाल होती.

भारतात जन्मलेले आणि अमेरिकेत प्रशिक्षण घेतलेले कोलाचल सिता रामय्या हे रसायनशास्त्रज्ञ रशियन रणगाड्यांसाठी कार्यक्षम इंधन आणि वंगण शोधण्याचे काम करीत होते. वर सांगितलेल्या प्रसंगातून ते पुष्कळ वेळा गेले होते; परंतु त्यांतील विरोधाभास मात्र आताच त्यांच्या लक्षात आला होता. अचानक त्यांना जाणवले की,

वंगणात जी क्रिया होते तीच त्यांच्यासमोर चालू होती. रेणूंमधील परस्परप्रक्रिया ही माध्यमावर अवलंबून असते आणि ही प्रक्रिया होताना ते त्यांच्या माध्यमाची परिस्थिती बदलतात.

झोपेत चालल्यासारखे ते घरी पोहोचले. कपडेदेखील न बदलता त्यांनी एका कागदावर त्यांच्या मनाच्या डोळ्यांसमोर आकार घेत असलेल्या रूपरेषा रेखाटायला सुरुवात केली : वंगण हे एक खास प्लॅस्टिक (Rheological) माध्यम असते. त्यातील रेणूंची (त्याचप्रमाणे त्यात भर पडत असलेल्या रेणूंचीही) परस्परप्रक्रिया ही माध्यमाच्या स्थितीवर अवलंबून असते. या प्रक्रियेचा परिणाम म्हणून हे माध्यमही बदलते.

आधीच्या गणितीय प्रतिकृतींवरून हे चित्र स्पष्ट व्हायला मदत झाली नव्हती. वंगण हे एक गूढ, अमूर्त माध्यम आहे अशीच त्यांच्यासहित सर्व संशोधकांची आतापर्यंत कल्पना होती. मत्स्यालयातील माशांप्रमाणे या माध्यमातील रेणू अधूनमधून एकमेकांवर आपटत हालचाल करीत असतात अशी त्यांची समजूत होती. प्रत्यक्षात सर्व गोष्टी अगदी विरुद्ध होत्या. माध्यम हा रेणूंचाच एक गुणधर्म होता; रेणू परस्परप्रक्रियेत असतानाही ती स्थिती होती. माध्यमाबद्दल स्पष्ट माहिती मिळवण्यासाठी नव्या दृष्टिकोनाची आवश्यकता होती.

काही दिवसांपूर्वी घडलेली एक घटना रामय्या यांना आठवली. हवाई हल्ल्याचे वॉर्डन म्हणून ते त्यांच्या इमारतीच्या गच्चीवर पहारा करीत होते. त्या वेळी त्यांनी एक आगलाव्या बॉम्ब शांतपणे चिमट्याने पकडला होता. ठिणग्या पडत असलेली ती वस्तू त्यांनी गच्चीवरून ओढत नेली आणि एका वाळूने भरलेल्या खोक्यातून टाकून दिली. अशा प्रसंगांसाठीच हा वाळूचा खोका तयार ठेवण्यात आला होता. मृत्यूचे हत्यार म्हणून त्या वस्तूचा स्वीकार करायला त्यांचे मन तयार होत नव्हते. त्यांच्या व्यावसायिक एकाग्रतेचा विषय असलेल्या वंगणाशी या ठिणग्यांचा काहीतरी संबंध असावा असे वाटून ते त्यांच्याकडे पाहात राहिले होते; पण या ठिणग्यांनी निर्माण केलेले हे विचार कामाच्या रगाड्यात ते नंतर विसरून गेले.

आता काळोख पडत असलेल्या खोलामध्ये बसलेले असताना ते सर्व विचार पुन्हा एकदा त्यांच्या मनात येऊ लागले. त्या

आगलाव्या बॉम्बमधून बाहेर पडणाऱ्या ठिणग्यांचे वेल्डिंग करताना पडणाऱ्या ठिणग्या, लोहाराच्या हातोड्याच्या घावातून बाहेर पडणाऱ्या ठिणग्या, वितळणाऱ्या धातूंचे फवारे, रात्रीच्या अंधारात जिवंत ज्वालामुखीतून बाहेर पडणारा तप्त लाल लाव्हारस या सर्वांशी साम्य होते.

पृथ्वीच्या अंतर्भागात काय चालू असते ते रामय्या यांना एका क्षणात समजले. जमिनीच्या पोटातील लाव्हारसाचे उकळते समुद्र त्यांच्या नजरेसमोर साकार झाले. त्यांच्यासमोर अनेक सूर्य तरंगत होते आणि त्यांच्या अंतरंगातून सूर्याच्या ज्वाळा लवलवत्या जिभांसारख्या बाहेर पडत होत्या. प्लॅस्टिक या नावाच्या पदार्थाच्या एका नव्या स्थितीचा, त्यांच्या मनात उगम झाला. अणुस्फोटात निर्माण होणाऱ्या प्रचंड उष्णतेवर आधारित असलेल्या नियंत्रित प्रक्रियेबाबत नंतरच्या काळात झालेल्या संशोधनानंतर या दृष्टिकोनाबाबत विश्वास निर्माण होऊन 'प्लाझ्मा स्थिती' या नावाच्या स्थितीला मान्यता मिळाली.

कोलाचल सिता रामय्या यांच्या प्लॅस्टिक माध्यमाच्या गुणधर्माच्या या शोधानंतर केमॅटॉलॉजी (Chematology) या नावाची विज्ञानाची एक नवीन शाखा अस्तित्वात आली. ज्वालाग्राही आणि वंगणाचे गुणधर्म असलेल्या पदार्थांचा तंत्रज्ञानामध्ये उपयोग करण्याचे शास्त्र किंवा मोटार तेलांचे रसायनशास्त्र असे नाव त्याला देता येईल.

ठिणग्या पडत असलेला बॉम्ब बघितल्यानंतर इतके दिवस जी कल्पना त्यांच्या मनात सुप्त राहिली होती ती मेट्रो स्टेशनच्या जिन्यावर चढत असलेले प्रवासी पाहिल्यानंतर परत प्रकर्षाने जाणवू लागली. त्या कल्पनेला विरोध करणारे आणि पाठिंबा देणारे अशा दोन्ही प्रकारच्या लोकांनी तिला लवकरच मान्यता दिली. या नव्या दृष्टिकोनाचे पहिले प्रत्यक्ष परिणाम लगेच मिळाले. राज्य बक्षीरा स्पर्धेत या पद्धतीची प्रवेशपत्रिका पाठवावी अशी त्यांच्या संस्थेच्या बोर्डाची इच्छा होती. त्यापूर्वी दुसऱ्या एका संस्थेमध्ये या उत्पादनाची चाचणी होणे आवश्यक होते.

रामय्या आणि त्यांचे वरिष्ठ व्होल्गावरील एक उद्योगाकडे गेले. तिथे केलेल्या त्यांच्या चाचण्या यशस्वी ठरल्या; परंतु व्होल्गा उद्योगाने त्यांचा निकाल राखून ठेवला. कारण त्या समितीचे दोन

सभासद हे विरुद्ध मताच्या संस्थेतील होते. त्यांना रामय्या यांचा सिद्धान्त मान्य नव्हता; त्यामुळे त्यांनी चाचण्या परत करून दाखवण्याची मागणी केली आणि दुसरे दोघे, ज्यांना हा सिद्धान्त मान्य होता, त्यांनी मान्यता दिली. नवीन चाचण्या झाल्यानंतर विरोधकांनाच माघार घ्यावी लागली; पण तोपर्यंत राज्य पारितोषिक समितीकडे कागदपत्रे सोपवण्याची तारीख उलटून गेली होती; त्यामुळे रामय्या यांची पारितोषिक मिळवण्याची संधी हुकली.

यामुळे विज्ञानाचे फारसे नुकसान झाले नाही. आपला सिद्धान्त प्रत्यक्षात आणण्याच्या व्यक्तींबरोबर रामय्या काम करू लागले. आपली पद्धत प्रमाणित करण्यासाठी त्यांनी काही साधनसामग्री बनवली आणि नवीन तांत्रिक प्रमाणे तयार केली. तेलाचे गुणधर्म निश्चित करण्यासाठी **DK-NAMI** या नावाने एक उपकरण त्यांनी बनवले. **NAMI (Institute of Automobile Science in Moscow)** या संस्थेतील त्यांच्या सहकाऱ्यांनी त्यांच्या विज्ञानाच्या प्रत्येक शाखेचे विचारपूर्वक संगोपन केले.

या शास्त्राला सोव्हिएट युनियनमध्ये त्या वेळी केमॅटॉलॉजी म्हटले जात असे आणि पश्चिमेत ट्रायबोकेमिस्ट्री (Tribochemistry). वेगवेगळ्या कामाच्या परिस्थितीत वापरल्या जाणाऱ्या वेगवेगळ्या मोटर्ससाठी आणि इंजिनांसाठी लागणारी खास बनवलेली इंधने आणि वंगणे यांच्या उत्पादनाचे श्रेय या शास्त्राकडे जाते. इंधने आणि वंगणे ही रिफायनरीमध्ये क्रूडपासून ऊर्ध्वपतित होणारी नुसती प्राथमिक तेले नाहीत. ती प्राथमिक तेलांची मिश्रणे असतात. विशिष्ट गरजा भागवण्यासाठी योग्य-अयोग्य असा न्याय्य विचार करून निवडलेली आणि ठरवलेली ही मिश्रणे असतात. इंधनबचत आणि इंजिनांचे जास्त आयुर्मान हे हेतू त्यातून साध्य व्हावेत अशी अपेक्षा असते. १९२० च्या सुमारास शिकागोमधील एका फर्मसाठी कोलाचल सिता रामय्या यांनी मिश्र वंगणे बनवायला सुरुवात केली. मॉस्कोमध्ये प्रगत झालेले त्यांचे युद्धकाळातील सिद्धान्त पुढे विज्ञानाची एक नवीनच शाखा निर्माण करायला कारणीभूत ठरले.

''प्रत्येक गोष्ट चांगल्या पद्धतींनी करा. हाच सर्वोच्च योग आहे.'' ही शिकवण लाल गोविंदना धर्मगुरू असलेल्या त्यांच्या वडिलांनी

दिली होती. रामय्या यांना त्यांच्या आई-वडिलांनी लाल गोविंद हे नाव दिले होते. मद्रास प्रांत आणि हैदराबादचे निजामाचे राज्य यांच्या सीमेवर असलेल्या आंध्रातील एका खेड्यामध्ये रामय्या यांचे वडील तेव्हा धर्मगुरू होते. वडिलांकडून त्यांनी ग्रहण केलेले दुसरे तत्त्व म्हणजे सत्याग्रह. सत्याग्रहाने त्यांना अतिरेकी विचारांपासून दूर नेले. संतापाने आणि सभोवती दिसत असलेल्या अन्यायाचा निषेध म्हणून त्यांचा कल दहशतवादाकडे झुकण्याची शक्यता होती.

शालेय शिक्षण संपल्यानंतर पुढील शिक्षणाची त्यांची इच्छा पाहून वडिलांनी त्यांना मद्रासला जाण्याचा सल्ला दिला. मुलाने इतर कोणाची मदत न घेता स्वतःच्या पायावर उभे राहावे असे वडिलांना वाटत होते. तरीही प्रत्येक वेळी त्यांना मदत मिळत गेली. अगदी मद्रासपर्यंतच्या लांबलचक मार्गावरदेखील.

उच्च जिल्हा अधिकारी असलेले एक काका त्यांना भेटले. या काकांनी एका इंग्लिश गृहस्थांसाठी त्यांच्या हातात बळजबरीने एक शिफारसपत्र दिले. या महत्त्वाकांक्षी माणसावर विद्यापीठ प्रवेश परीक्षेत अन्याय होणार नाही याची खात्री या पत्राने त्यांना दिली. धावण्याच्या स्पर्धांमध्ये विद्यापीठाचे प्रतिनिधित्व करण्यासाठी त्यांची निवड झाली. खेळाडू म्हणून त्यांनी आपला विशेष ठसा उमटवला; पण मद्रास विद्यापीठात ते भौतिक आणि रसायनशास्त्रांचे ज्ञान मिळवण्यासाठी आले होते. त्यांनी उत्तम रितीने अभ्यास केला आणि विद्यापीठात उपलब्ध असलेल्या गोष्टींपेक्षा खूप काही मिळवण्याचा प्रयत्न केला; पण हे विद्यापीठ रसायनशास्त्रापेक्षा खेळाच्या क्षेत्रात अधिक चांगले होते. अभ्यासासाठी परदेशी जाणे हे त्या काळात तितकेसे सोपे नव्हते.

वडील मृत्युशय्येवर आहेत असे समजल्यामुळे रामय्या स्टीमरने परत यायला निघाले; पण त्यांची वडिलांशी शेवटची भेट होऊ शकली नाही. त्यांच्या थोरल्या भावाला त्यांचे परदेशी शिक्षण पसंत नव्हते. लालचे मन वळत नाही असे पाहिल्यावर त्यांनी त्याला वडिलांचा निरोप सांगितला. 'तुला जर पवित्र नियमांचे उल्लंघन करावेच लागले (समुद्र ओलांडून गेल्यामुळे) तर तू निदान तीन बंधनांचे तरी पालन करावेस. दारूला स्पर्श करू नको, धूम्रपान करू नको आणि गोऱ्या बाईशी लग्न करू नको.' एखादा प्रसंग

सोडला तर लाल कधीच दारू पिऊन तर्र होत नसत. तंबाखूशिवाय त्यांचे कधीच चालले नाही. तो त्यांचा कायमचाच सोबती झाला होता आणि त्यांनी दोन गोऱ्या बायकांशी लग्न केले.

मद्रासच्या त्या इंग्लिश गृहस्थाने अमेरिकेतील आपल्या मित्रांसाठी त्यांच्या जवळ पत्रे दिली. बंदरातील भूमिगत कम्युनिस्ट चळवळीत असलेल्या एका शिक्षकाने त्यांना जहाजावर नोकरी देण्यासाठी जहाजाच्या कप्तानाचे मन वळवले. न्यू यॉर्क येथील स्थलांतर अधिकाऱ्यांना द्यावी लागणारी लाच कप्तानाला डॉलर्समध्ये हवी होती. रामय्या यांच्याजवळ वडिलांनी दिलेले दोन हजार रुपये होते. त्यांचे डॉलर्स करून आणण्यासाठी म्हणून त्यांनी ते बरोबरच्या एका विद्यार्थी प्रवाशाजवळ दिले. हा गृहस्थ ते पैसे घेऊन अदृश्य झाला आहे हे जेव्हा कप्तानाला समजले तेव्हा त्याने रामय्या यांना शिव्या देत जहाजाच्या भट्टीत कोळसे टाकण्याचे काम दिले. भट्टीमध्ये कोळसे टाकण्याचे हे काम सहनशीलतेचा अंत पाहाणारे होते. या सत्त्व परीक्षेत ते उत्तीर्ण तर झालेच; पण मेडिटेरॅनियनवरील एका वादळाच्या काळात भट्टीवर काम करणारे त्यांच्यासहित सगळेच आजारी झाले होते, तेव्हा त्यांनी इतरांची मनेही जिंकली.

या प्रवासामुळे रामय्या यांचा इंधनाशी पहिला संबंध आला. इंधनाशिवाय जहाज हलूच शकले नसते. तसेच इंजिनाला जोडणाऱ्या दांड्यावर बरबटलेले ग्रीस या वंगणाशीही त्यांचा इथेच परिचय झाला. या दांड्यामुळे जहाजाचे काम सुरळीतपणे चालते. त्याच्याशिवाय सर्व काही, काही मिनिटांतच संपून गेले असते. तेलाचा हा पातळ थर पुढे आयुष्यभर आपले लक्ष वेधून घेणार आहे हे त्यांना ठाऊक नव्हते. आस आणि चाकाच्या मधल्या अरुंद जागेत चालू असलेल्या प्रक्रियेत त्यांना ब्रह्मांडाचे दर्शन होत असे.

कप्तान त्यांना कामाचा काहीच पगार देत नसे; पण भट्टीवर काम करणाऱ्या इतर लोकांनी लाचेची अर्धी रक्कम तरी देण्यासाठी त्याला भाग पाडले; त्यामुळे इमिग्रेशनमधून जाऊन त्यांना अमेरिकेत प्रवेश मिळू शकला.

न्यू यॉर्कच्या एका हॉटेलमध्ये त्यांना काही दिवस बशा धुण्याचे आणि ओझी वाहण्याचेही काम केले. त्यानंतर ते शिकागोला गेले.

तिथे विद्यापीठाच्या रसायनशास्त्र विभागात त्यांना प्रवेश मिळाला. या काळात त्यांच्यावर एखाद्या नग्न भिकाऱ्याप्रमाणे राहाण्याची वेळ आली. मिळणारा सर्व पैसा पुस्तके घेण्यात आणि कर्जे फेडण्यात जात होता. जगण्यासाठी आणखी पैसा मिळवणे अशक्य झाल्यामुळे गृहहीन अवस्थेत भटक्या माणसाप्रमाणे ते रात्री भुकेल्यापोटी उद्यानातील बाकांवर झोपू लागले. रामय्या यांनी या सर्व गोष्टी जणू काही पचवून टाकल्या. ग्रेट लेक्सवरील एकमेवाद्वितीय जागा. शिकागोतील टोळीयुद्धांची दुर्गंधी, मुख्य रेल्वेचा मोठा आवाज, निग्रोंच्या जाझचा ताल, उद्यानातील मेपलच्या पानांचे शांतपणे गळून पडणे. अशाच उद्यानांतून उपाशीपोटी, थंडीने कुडकुडत आणि पोलीस पकडतील हे भय सतत मनात बाळगत त्यांनी कितीतरी रात्री घालवल्या होत्या.

मनाने आता ते पूर्णपणे खचले होते. आपण अमेरिकन झालो आहोत या सत्याचा त्यांनी स्वीकार केला होता. कसेही करून जगायचे, पुढे जायचे आणि अभ्यास पूर्ण करायचा एवढा एकच विचार त्यांच्या डोक्यात होता. शेवटी पोन्नाम्बालम या सिलोनी माणसाने त्यांना थोडे पैसे दिले. शिकागोमध्ये आल्यावर त्यानेच त्यांचे स्वागत केले होते. त्यांच्याशी मैत्री केली होती. त्याने तेथील भारतीय लोकांशी आणि इतर ठिकाणांहून अमेरिकेत आलेल्या लोकांच्या थोड्या मोठ्या वर्तुळांशी त्यांची ओळख करून दिली. एका संध्याकाळी ते एका सामाजिक सभागृहात पार्टीला गेले होते. तेथे त्यांची सिंडी नावाच्या मुलीशी ओळख झाली. ती त्यांच्या विशाल मोहक डोळ्यांकडे आकर्षिली गेली आणि त्यांच्यावर तिच्या आश्चर्यकारकरीत्या सुंदर असलेल्या डोळ्यांची मोहिनी पडली. सिंडी नुकतीच तिची खोली सोडून दुसरीकडे राहायला गेली होती. या खोलीचा भाडेकरार अजून संपला नसल्यामुळे सिंडीने त्यांना तिथे राहायला जाण्याची विनंती केली. त्यांनी ते लगेच मान्य केले. बाकावर झोपण्यापेक्षा डोक्यावर छत असणे कितीतरी चांगले. त्यानंतर काही सत्कर्मी लोकांनी दिलेल्या एका चॅरिटी डिनर पार्टीत त्या दोघांची पुन्हा भेट झाली. पुढे त्यांनी विवाह केला; पण लवकरच त्यांच्या संबंधांत दुरावा निर्माण झाला.

सिंडीने एका चॅरिटी डिनरला येण्यासाठी त्यांचे मन वळवले

होते. तिथे हजर राहाणार असलेली एक व्यक्ती त्यांना मदत करू शकली असती. आपले प्रयोग पैसा खर्च करण्याच्या योग्यतेचे आहेत अशी फक्त त्यांची खात्री पटवून द्यावी लागली असती. ते त्या वेळी यांत्रिक क्रियेमुळे नाश पावलेल्या वंगणाच्या पहिल्या तांत्रिक गुणांचे पुनरुज्जीवन करण्यासाठी पांगवणाऱ्या पद्धतीच्या थिक्सोट्रॉपीचा (Thixotropy) अभ्यास करीत होते. कलॉइडल (colloidal माध्यमातील अतिशीघ्र बदलांचा त्यांनी त्या वेळी शोध लावला होता. सोल (sol) कडून जेल (gel) कडे आणि परत. प्रायोगिक प्रतिकृती तयार करण्यासाठी पैशांची आवश्यकता होती; त्यामुळे मूलभूत फेलोशिप मिळाल्यावर त्यांच्या आयुष्याला थोडे स्थैर्य आले. शिकागो विद्यापीठातील एम.एस. पदवी त्यांनी जून १९२४ मध्ये म्हणजे एक वर्ष आधीच मिळवली. कारण त्यांच्या मद्रास विद्यापीठातील पदवीचे श्रेय त्यांना मिळाले. ज्या दिवशी त्यांना पदवी मिळाली त्याच दिवशी त्यांना हे समजले की, थिक्सोट्रॉपी मोजणे आणि मोटर तेलाचे कामाचे आयुष्य वाढवणे या दोन शोधांची पेटंट्स त्यांना मिळणार होती. एका खूप प्रसिद्ध फर्मने त्यांना चांगल्या पगाराची आणि बढतीची संधी असलेली नोकरी देण्याची तयारी दर्शवली. सिंडी म्हणाली, ''आता मी माझ्या आई-वडिलांना तुझ्याबद्दल सांगू शकेन.''

हा त्यांच्या डोक्यावर जोरदार आघात होता. तिला लगेच आपली घोडचूक लक्षात आली आणि तिने स्पष्टीकरण द्यायला सुरुवात केली. तिने आपला विवाह गुप्त ठेवला होता याचे कारण तिला त्यांची लाज वाटत होती असे नाही. त्यांनी आपल्या मर्यादा, आपले पूर्वग्रह समजून घ्यायला हवेत; पण ते काही ऐकायलाच तयार नव्हते. त्यांनी अचानक विचारले, 'तू माझ्याबरोबर भारतात येशील?' तिने चर्चेचा हा विषय थांबवण्याचा प्रयत्न केला; परंतु त्यांनी परत जेव्हा तोच प्रश्न विचारला तेव्हा ती गप्प राहिली. त्यांनी आपल्या वस्तू गोळा केल्या आणि ते तेथून निघाले. जाताना त्यांनी तिच्या 'कशासाठी?'ला उत्तर दिले, 'कारण माझे तुझ्यावर प्रेम आहे, सिंडी.'

किरकोळीने विक्री करण्याच्या एका फर्मसाठी प्रांतांमधले व्यावसायिक

फिरते प्रवासी म्हणून रामय्या काम करू लागले; पण अमेरिका फारच जोरात पुढे चालली होती. तिने एखादी माशी हाकलावी तसे त्यांना बाजूला केले. संपूर्ण अमेरिकाभर ते शांती आणि आशा देणाऱ्या व्यक्तीच्या शोधात हिंडले. शेवटी जोच्या रूपाने ती त्यांना न्यू यार्कमध्ये भेटली. नंतर असे समजले की, युरोपच्या जोची भेट आनंद नावाच्या शिक्षकाशी थोडा वेळ झाली होती. या आनंदनेच मद्रासमध्ये रामय्या यांची भेट जहाजाच्या कप्तानाशी घालून दिली होती.

रशियामध्ये १९१७ मध्ये क्रांती झाली, त्या वेळी जो एका अमेरिकन फर्मसाठी तेथे काम करीत होता. तो तिथेच राहिला आणि अतिपूर्वेमध्ये काम करीत असताना अमेरिकन मध्यस्थ सैन्याकडून पकडला गेला. घरी परतल्यावर त्याच्यावर खटला भरण्यात आला आणि त्याचे नाव काळ्या यादीत टाकण्यात आले. जोच्या फ्लॅटवर मार्क्स आणि लेनिन वाचत रामय्या यांनी तीन दिवस काढले. त्या वेळी त्यांनी आपल्या नवीन गुरूकडून अमेरिकन उद्योगाच्या गणिताविषयी धडे घेतले. त्यानंतर ते शिकागोला परतले. सिंडीबरोबरचे भांडण त्यांनी मिटवले. पदवीधर झाल्या दिवशी नोकरी देऊ केलेल्या फर्मशी त्यांनी संपर्क साधला.

या फर्मने रामय्या यांच्यासाठी स्वतंत्र प्रयोगशाळा बांधली. येल (Yale) येथे त्यांच्या अभ्यासाची सोय केली आणि न्यू हेवन येथील नवीन कारखान्यात प्रात्यक्षिक कामाच्या सुविधा दिल्या. आश्चर्य वाटावे इतक्या थोड्या काळात त्यांनी त्यांची दुसरी मास्टर्स पदवी मिळवली.

रामय्या यांची प्रयोगशाळा तेथील सहकारी, साधनसामग्री, उपकरणे या सर्वच बाबतीत सर्वोत्तम दर्जाची होती. मोटर तेलागुळे इंजिनबर चढणाऱ्या गंजाच्या प्रश्नावर त्यांनी जोरदार अभ्यास केला. त्यांना हे स्पष्टपणे दिसून आले की, इंजिनाच्या आयुष्यात वेगवेगळ्या वेळी घर्षणाचे गुणधर्म निरनिराळे असतात. तेलाला विशिष्ट बफर (Buffer) गुणधर्म देणाऱ्या घटकद्रव्यांची (सौम्य आम्ले आणि सौम्य आम्लारिंच्या गुणधर्मांची मिश्रणे) कल्पना या समजुतीमुळेच पुढे आली. इंजिनाच्या भागांमधील घर्षण ते कमी करू शकले. विल्हेल्म प्लान डेर हेन्क

या फर्मचे मुख्य अधिकारी होते. ते म्हणाले, 'त्यांच्या या मखमलीसारख्या वंगणामुळे मोटर निर्मितीमध्ये नवे युग सुरू होईल.' त्यांचे सहकारी असलेल्या टिंडेमान बंधूंनी रामय्या यांनी विचार करून ठेवलेले एक उपकरण बनवले. या उपकरणामध्ये वंगणाच्या घटकांतील लहानात लहान बदलाचीदेखील नोंद होत असे. भारामध्ये (Load) बदल झाल्यावर तेलाच्या पातळ थरामध्ये काय बदल होतो याची आता ते कल्पना करू शकले. परिभ्रमणाच्या संख्येमध्ये जलद वाढ झाल्यास गंभीर परिस्थिती निर्माण होत होती : नव्या परिस्थितीत वंगण स्वत:चे स्थान ठरवू शकत नसे. याचा परिणाम गंज चढण्यात होत असे. त्यांनी अशा एका यंत्राचा विचार केला की, ज्यामध्ये परिभ्रमणातील बदलांची आपोआप नोंद होईल आणि जरुरीप्रमाणे वेगवेगळी वंगणे हलत्या भागांवर ओतली जातील. या यंत्राला नावही दिले गेले. 'मांजरीचे मखमली पिलू' (The Velvety kitten); पण यामुळे यंत्राची किंमत वाढेल म्हणून हेंकने ही कल्पना फेटाळून लावली.

बदलत्या कामाच्या परिस्थितीमध्ये स्वत:ला नियंत्रित करू शकेल अशा वंगणाची कल्पना रामय्या आणि त्यांच्या सहकाऱ्यांनी शोधून काढली; पण याबद्दल रामय्या यांनी कोणाजवळ काहीही बोलू नये किंवा व्यवस्थापनाच्या परवानगीशिवाय त्यावर कामही करू नये असा त्यांना वरिष्ठांकडून आदेश मिळाला. फर्मला आता आरमाराकडून लाभदायक मागण्या येऊ लागल्या होत्या. टिंडेमान आणि आणखी एक सहकारी पेर माल्यो (Per Malyo) यांची संरक्षणासाठीच्या कामांवर बदली झाली. त्याचा रामय्या यांच्या प्रयोगशाळेतील वातावरणावर परिणाम झाला. त्यांनी जेव्हा आपला विरोध व्यक्त केला तेव्हा व्यवस्थापनाने सांगितले की, 'सामाजिक प्रश्नांमध्ये' त्यांना लाल (याचे भाषांतर Red असे होते हे त्यांना आतापर्यंत समजले होते)ची गुंतवणूक नको होती.

शिकागोला परत आल्यावर रामय्या एका उपनगरी मार्क्सवादी अभ्यास गटाचे क्रियाशील कार्यकर्ते होते; पण पक्षामध्ये प्रवेश करायला त्यांनी नकार दिला होता. ते म्हणाले होते, 'मार्क्सिझमबद्दल मला सहानुभूती आहे; पण मी कम्युनिस्ट नाही. मी मानवतावादी (humanist) आहे.' त्यांचा करार संपल्यानंतर फर्मने त्यांना पगारवाढ

आणि खातेप्रमुख म्हणून बढती देऊ केली. त्यांनी त्याबद्दल त्यांचे आभार मानले; पण आता रशियाला जाण्याचे त्यांच्या मनाने घेतले होते.

सिंडीने त्यांच्याबरोबर जाण्याचे नाकारले. रामय्या यांना थांबवण्यात तिला अपयश आल्यामुळे ते गेले तर स्वतःचा गर्भपात करून त्यांच्या मुलाच्या हत्येची धमकी तिने दिली. तिला आर्थिक काळजी करावी लागणार नाही असे जेव्हा त्यांनी सांगितले तेव्हा तिने विचारले, 'काळे मूल घेऊन मी काय करू?' त्यांनी तिला सांगितले, 'आपण ज्या देशात जात आहोत तिथे काळे, गोरे असा रंगभेद नाही.' ते न्यू यॉर्कला गेल्यावर लगेचच तिने आपली धमकी अमलात आणली. न्यू यॉर्कला गेल्यावर जो मरण पावल्याचे त्यांना समजले. मग सिंडीला सोडून घर आणि चेक-बुक तिच्या ताब्यात देऊन ते हॉटेलमध्ये जाऊन राहिले.

रशियामध्ये रामय्या एका पेट्रोलियम संस्थेच्या आणि एका ट्रॅक्टर संस्थेच्या प्रयोगशाळांचे प्रमुख झाले. तिथे पुरेशी अनुभवी माणसे नव्हती. तसेच विशेष तज्ज्ञही नव्हते. प्रत्येकजण दोन माणसांचे काम करीत होता. त्यांच्याकडे तांत्रिक पाया नव्हता; पण परदेशी विकत घेतलेल्या साधनसामग्रीला ते त्यांना जमेल तशा डिझाइनची जोड देत आणि उपलब्ध गोष्टी वापरून त्यात सुधारणा करीत.

ते सिंडीला विसरू शकत नव्हते. अपयशाच्या वेळी, ट्रॅक्टरच्या तेलामध्ये सुधारणा शोधताना, मे-डे (May-Day) संचलनाच्या वेळी सिंडी त्यांचे मन व्यापून राही. या संचलनाच्या वेळी त्यांच्या उद्योगाने त्यांचे व्यक्तिचित्र मिरवलेले पाहून ते आश्चर्यचकित झाले होते. तिच्याशिवाय त्यांना चुकल्यासारखे वाटत होते. तिने त्यांना अमेरिकेला परत आणण्यासाठी पोन्नाम्बालमकडून त्यांचा पत्ता घेतला होता; पण ती मॉस्कोला कधीच आली नाही किंवा तिने त्यांना कधी पत्रही लिहिले नाही. नाही तरी त्याचा उपयोग नव्हताच. कारण तोपर्यंत त्यांनी विवाह करून दुसऱ्या संसाराला सुरुवातही केली होती. एकातेरिना इव्हानोव्हना ही जर्मन छळवणुकीच्या काळात जन्मलेली, लिहिता-वाचता न येणारी एक अनाथ मुलगी होती. व्होल्गा नदीवरील एक यादवी युद्ध, दुष्काळ आणि भूक यांनी

पीडलेल्या पोव्होल्झ या खेड्यातून ती मॉस्कोला आली होती. मॉस्कोमध्ये तिने काम करण्याचे आणि शहरी जीवनाची सवय लावून घेण्याचे बळ कसे तरी मिळवले. रामय्या यांना भेटल्यानंतर त्या दोघांच्या दैवातील काही साम्यामुळे त्यांना समजून घेणे तिला शक्य झाले आणि अगदी सहजपणे ते दोघे विवाह बंधनात अडकले. कात्याने रामय्या यांना नवीन देशाची सवय व्हायला, रशियन भाषा बोलायला आणि रशियनमध्ये विचार करायला मदत केली. वंश, शिक्षण आणि कामाची क्षेत्रे पूर्णपणे वेगळी असूनदेखील त्यांचे हे सोव्हिएट प्रेम यशस्वी झाले. अनेक वर्षे एकत्र राहात असताना त्यांचे एकदाही भांडण झाले नाही.

हिटलरने जेव्हा आपले सैन्य सोव्हिएट युनियनमध्ये उतरवले तेव्हा भारतीय म्हणून रामय्या यांना वाटले की, आपली असंरक्षित मातृभूमी आणि फॅसिस्ट्स यांच्यामध्ये रशिया हा एकच अडथळा आहे. ते क्वॉइन्कोमॉटकडे (भरती करणारी कचेरी) गेले आणि आपल्याला आघाडीवर पाठवावे अशी त्यांनी विनंती केली. ते निघणार एवढ्यात यादी केलेल्या त्या होमगार्ड्सच्या तुकडीतून त्यांना बाहेर बोलवण्यात आले. मुख्य अधिकाऱ्यांच्या कचेरीत गेल्यावर त्यांच्या संस्थेच्या संचालकांनी त्यांना सांगितले, 'तुमच्या राष्ट्रभक्तीविषयी कोणालाही शंका नाही; पण तुमचे डोके गोळीचे लक्ष्य होण्यापेक्षा त्याची हत्यार म्हणून अधिक आवश्यकता आहे.' त्यांना परत माघारी पाठविण्यात आले. त्यांचे कुटुंब सैबेरियात गेल्यानंतर वर्षभरातच ते संस्थेची पुनर्रचना करण्यात गुंतून गेले. त्यांना फक्त त्यांच्या कामाने, रणगाड्यांच्या इंधनाने आणि वंगणावरच्या कामाने वाचवले.

रणगाडा हा काही नुसता सशस्त्र ट्रॅक्टर नसतो. त्याच्या इंजिनाचे कार्य फार वेगळ्या तऱ्हेने चालते. कार्यभाराच्या बदलत्या परिस्थितीप्रमाणे रणगाड्यांच्या हालचाली होतील अशा प्रकारचे इंधन शोधण्याचे काम त्यांच्याकडे होते. रणगाड्यांच्या हत्तीसारख्या प्रतिमेमुळे - कणखर, त्वरित आणि प्लॅस्टिकसारख्या हालचाली करणारा - अशी कल्पना निघाली की, या प्लॅस्टिक यंत्रासाठी प्लॅस्टिक इंधन योग्य ठरेल. आपल्या अमेरिकन सिद्धान्ताच्या आधारावर रामय्या यांनी युद्धातील रणगाड्यांसाठी केरोसीन - पद्धतीचे इंधन काळजीपूर्वक बनवले.

खास ऑडिटिव्ह्ज (Additives) असलेली उच्च दर्जाची वंगणे विकसित केली.

इंधनातील बदलामुळे इंजिनाचे आधुनिकीकरण करण्याची आवश्यकता भासू लागली. रामय्या यांच्या इंधनावर आणि वंगणावर चालणारे, नवी इंजिने असलेले सोव्हिएट रणगाडे युद्धभूमीवर अधिक खात्रीशीर आणि बिनत्रासाचे होते. जर्मन रणगाड्यांपेक्षा ते श्रेष्ठ ठरले. परिणामी, मोठ्या प्रमाणात विजयालाही हे संशोधन कारणीभूत ठरले.

रणगाड्यांच्या वंगणासाठी ऑडिटिव्ह्जवर संशोधन करीत असताना आणि नव्या वंगणाचा शोध घेत असताना पूर्वी आलेल्या बॉम्बच्या अनुभवावरून रामय्या यांना 'प्लॉस्टिचेस्काया प्रोस्ट्रान्स्त्वा'ची (plasticheskaya prostranstva) कल्पना सुचली. याचे साधारण भाषांतर ऱ्हिऑलॉजिकल (Rheological) माध्यम असे करता येईल. ऱ्हिऑलॉजिक म्हणजे असा पदार्थ जो सहजपणे वाहू शकतो आणि ताणाखाली, दबावाखाली बदलू शकतो. या कल्पनेतूनच केमॅटॉलॉजीचा जन्म झाला. याच शास्त्राचा १९६६ मध्ये झालेला पाश्चिमात्य अवतार म्हणजे ट्रायबोकेमिस्ट्री (Tribochemistry). हा ट्रायबॉलॉजीचा (Tribology) एक भाग आहे. एकमेकांशी संबंधित हालचाली करत असलेल्या आणि एकमेकांवर प्रक्रिया करत असलेल्या पृष्ठभागांच्या घर्षणाशी आणि वंगणाशी संबंधित असे हे शास्त्र किंवा तंत्रज्ञान आहे.

प्रबंधामध्ये याचा पायाभूत दृष्टिकोन पुढीलप्रमाणे मांडला आहे. 'तेलामधील अर्धप्रवाही वेगळेपणा आणि यंत्राच्या घर्षणावर होणारा त्याचा परिणाम.' हा प्रबंध रामय्या यांनी १९५१मध्ये डॉक्टरेटसाठी लिहिला होता. त्याचा ट्रायबॉलॉजी म्हणून परत जन्म व्हायला आणखी १५ वर्षे लागली. तरी केमॅटॉलॉजीविषयी विशेष माहिती इंग्लिशमधून देणारे एक सोव्हिएट नियतकालिक उपलब्ध होते. विज्ञानासहित प्रत्येक गोष्ट उद्ध्वस्त करणाऱ्या शीतयुद्धाचा हा परिणाम होता.

सोव्हिएट वैज्ञानिक संस्थांमधील आपापसातील शत्रुत्व आणि त्यांच्या भारतीयत्वामुळे निर्माण होणारे संशय यांचा परिणाम रामय्या यांच्यावर झाला. विज्ञान आणि तंत्रज्ञानात त्यांनी केलेल्या कामगिरीमुळे

त्यांना जी मान्यता मिळायला हवी होती ती सोव्हिएट लोकांनी त्यांना दिली नाही. इंधने आणि तेलाच्या NAMI विभागाचे प्रमुख म्हणून ते निवृत्त झाले.

आपला विज्ञानाचा शोध न सोडता रामय्या यांनी मॉस्कोच्या साहित्यिक वर्तुळातदेखील आपला ठसा उमटवला. जणू काही ते त्यांचे वेगळेच आयुष्य होते. तेलगू रशियन शब्दकोशाच्या संकलनाच्या कामात स्वेतलाना ड्झ्रेनिथला मदत करण्यामध्ये ते स्वतःच्याही नकळत गुंतत गेले. त्यांच्या परिचितांचे वर्तुळ आता मोठे होऊन त्यात भाषाशास्त्रज्ञ, परकीय भाषा जाणणारे आणि भाषांतरकार यांचाही समावेश झाला. लेनिनग्राड विद्यापीठात निकिता गुरेवला त्यांनी जेव्हा तेलगू अभ्यासक्रमासाठी मदत केली तेव्हा तेलगूच्या आणखी विद्यार्थ्यांशी त्यांच्या ओळखी झाल्या. १९५६ मध्ये त्यांच्यावर एतुकुरी बालराममूर्तींच्या **अ ब्रीफ सर्व्हे ऑफ द हिस्टरी ऑफ आंध्र पीपल** या पुस्तकाचा रशियनमध्ये अनुवाद करण्याचे काम सोपवण्यात आले तेव्हा त्यांना खूप आनंद झाला. १९५० च्या सुमारास त्यांना घरी जाणे अतिशय जरुरीचे वाटू लागले. मॉस्कोला येणाऱ्या भारतीयांची संख्या आता खूप वाढली होती. त्यामध्ये शास्त्रज्ञ, विद्वान, कलावंत, लेखक, विद्यार्थी अशा सर्वांचा समावेश होता.

भारतावर कविता लिहिणाऱ्या सर्जी बरुझ्दिनने त्यांच्या आयुष्याला 'भारतीय मार्क्सवादाचा आश्चर्यकारक, साहसपूर्ण दीर्घ प्रवाह' असे संबोधले आहे. ते वेगवेगळ्या नावाने ओळखले जात. 'रशियन आंध्र', 'मॉस्को आंध्र' आणि 'सोव्हिएट आंध्र'. त्यांच्या शेवटच्या वैज्ञानिक कामातील मूलभूत विचार, 'The Induction period of precipitation- new index of motor oil quality and effectiveness of additives in them' हे त्यांच्या मृत्यूनंतर प्रसिद्ध झाले; पण त्याची अधिक माहिती होण्याच्या लायकीचे ते आहेत.

नेहमीच्या कामात मग्न राहिल्यामुळे त्यांच्या मागे फक्त आठवणी आणि काही शास्त्रीय लेखन राहिले. प्लॅस्टिक (ऱ्हिऑलॉजिकल) माध्यमाचा सिद्धान्त त्यांच्या अनेक ठिकाणी झालेल्या व्याख्यानांमध्ये होता. **'प्रोग्रेस'** या त्यांच्या प्रकाशन संस्थेत काम करणारे लोक शेवटपर्यंत त्यांच्याबरोबर राहिले. विज्ञानातील त्यांच्या सहकाऱ्यांना

त्यांना श्रद्धांजली वाहता यावी म्हणून रामय्या यांची अंत्ययात्रा वाटेत **NAMI** च्या समोर थांबवण्यात आली. अंत्यसंस्काराच्या वेळी राजदूत इंदर गुजराल आपल्या भाषणात म्हणाले, 'आपण एका महान शास्त्रज्ञाला, भारताच्या एका महान पुत्राला आणि मानवतेच्या सुपुत्राला निरोप देत आहोत.'

– अचला जैन
– एस. पी. के. गुप्ता

अद्भुत औषधांचा निर्माता
येल्लाप्रागदा सुब्बा राव

प्रतिजैविकांमध्ये टेट्रासायक्लिन म्हणजे छातीचे रोग, मूत्रविकारातील संसर्गदोष आणि लैंगिकतेमुळे फैलावणारे विषाणूंचे रोग या सर्वांवरील एक रामबाण औषध आहे. गोळ्यांच्या रूपात असल्यामुळे ती घ्यायला सोपी असतात आणि या सर्व रोगांवर ती सारखीच परिणामकारक ठरतात. कधी ना कधी या गोळ्या गिळाव्या लागणाऱ्या जगातील लाखो लोकांपैकी तुम्हीदेखील एक असाल. या गोळ्या घेऊन तुम्ही तुमची नित्यकर्मे उरकली असतील - तापाकडे लक्ष न देता दोन दिवसांत पूर्ण बरे झाला असाल. यात आश्चर्य वाटण्याची गरज नाही. 'येल्लाप्रागदा सुब्बा राव हे नाव बहुतेक तुम्ही कधीच ऐकले नसेल; पण ते होते म्हणून आज तुम्ही जिवंत आहात आणि निरोगी आहात. ते होते म्हणून तुम्हाला दीर्घायुष्य लाभायला मदत होते आहे,' असे मत एका अमेरिकन नियतकालिकाने या गोळ्यांच्या निर्मात्याबाबत भावनातिरेकाने व्यक्त केले होते, यात आश्चर्य वाटावे असे काही नाही.

सुब्बा राव यांना हे रामबाण औषध अपघाताने किंवा योगायोगाने

सापडले नव्हते. आपल्या संशोधनाची त्यांनी पद्धतशीर योजना आखली होती. परिश्रमपूर्वक, शास्त्रीय दृष्टिकोनातून, प्रामाणिकपणे आणि अशक्य वाटाव्या अशा अडचणींवर मात करून त्यांनी हे संशोधन यशस्वी केले होते. वस्तुस्थिती अशी आहे की, पहिले प्रतिजैविक त्यांनी निर्माण केले होते. सामान्यत: असलेल्या समजुतीप्रमाणे अलेक्झांडर फ्लेमिंगला योगायोगाने सापडलेले पेनिसिलीन हे औषध नव्हते; तर रेने ड्यूबोने शोधलेले ग्रामिसिडीन हे होते. ग्रामिसिडीनच्या इतर वाईट परिणांमुळे वैद्यकीय व्यवसायात त्याच्या वापरावर बंदी घालण्यात आली. ब्रिटिशांनी कच्चे, अशुद्ध पेनिसिलीन जेव्हा प्रायोगिक अभ्यासासाठी तयार केले तेव्हा सुब्बा राव यांच्याकडे ते शुद्ध स्वरूपात होते. पेनिसिलीनच्या व्यापारी उत्पादनासाठी उत्साह निर्माण करण्यासाठी एच. डब्ल्यू. फ्लोरे जेव्हा अमेरिकेला गेला तेव्हा सुब्बा रावांचे पेनिसिलीन इतर कोणत्याही संशोधकाने दिलेल्या पेनिसिलीनपेक्षा अधिक शक्तिमान आणि गुणकारी आहे असे त्याला आढळले होते; पण युद्धात जखमी झालेल्यांपर्यंत पेनिसिलीन पोहोचवण्याच्या शर्यतीत सुब्बा रावांच्या प्रयोगशाळेला हार पत्करावी लागली. त्यांचे व्यवस्थापन त्यांना औषध उद्योगातील बड्यांच्या गटात जाऊ देत नव्हते. कारण हा उद्योग फ्रँकलिन रूझवेल्टच्या राज्यकारभारात नकळत घुसणाऱ्या समाजवाद्यांच्या पैशांवर पोसला जात होता आणि तेच त्याचे नियंत्रण करीत होते. नंतर सुब्बा राव यांनी क्षयाशी लढणाऱ्या स्ट्रेप्टोमायसिन औषधासाठी सेल्मन वॉक्समनला मदत करण्याचा प्रयत्न केला; पण सूक्ष्म जीवशास्त्रज्ञांच्या विरुद्ध औषधी फर्मशी असलेल्या पेटंट करारामुळे तिथेही त्यांच्या वाट्याला निराशाच आली.

इतर लोकांच्या प्रतिजैविकांच्या मागे पळण्याचा सुब्बा राव यांना कंटाळा आला. शिवाय ज्या संसर्गजन्य रोगांवर ती परिणामकारक ठरत होती तेही फार मर्यादित होते. त्यांनी एक दिवस त्यांच्या सहकाऱ्यांमध्ये जाहीर केले की, ते एक असे प्रतिजैविक शोधणार आहेत की, जे 'रामबाण औषध' असेल. या औषधात रोगाच्या रुंद वर्णपटातील (spectrum) जिवाणूंना मारण्याची ताकद असेल. त्यांनी बेंजामिन डुगर या निवृत्त वनस्पती शास्त्रज्ञाला कामावर घेतले. प्रतिजैविके निर्माण करणाऱ्या जिवाणूंच्या आणि बुरशीच्या दृष्टिकोनातून जगातील मातीची

तपासणी करण्याचे काम त्यांच्यावर सोपवण्यात आले. बुरशीसारख्या दिसणाऱ्या, परंतु जिवाणूंसारखे जीवन जगणाऱ्या ऑक्टिनोमायसीट्सचा त्यांना विशेषत्वाने अभ्यास करावयाचा होता. क्रियाशील मातीच्या वेगळ्या केलेल्या नमुन्यांचा डुगरला १६ महिने सतत पुरवठा करण्यात आला. १९४५ च्या ऑगस्टमध्ये सुब्बा राव यांना कोलंबिया येथील एका शेतातील मातीच्या नमुन्यातून चाळून काढलेल्या सहा पिवळ्या साच्यांची एक मालिका मिळाली. न्यू यॉर्क राज्यातील पर्ल नदीच्या पश्चिमेला १५०० किलोमीटरवर असलेले कोलंबिया हे मिसुरी राज्यातील एक शहर होते. लेडरले प्रयोगशाळेसाठी चाललेल्या संशोधनकार्याचे इथले प्रमुखपद सुब्बा राव सांभाळत होते. त्यांच्यासमोर असलेल्या परीक्षानळ्यांमधील प्रतिजैविक निर्माण करणारे नमुने हे आतापर्यंत मिळालेल्या सर्व नमुन्यांपेक्षा खात्रीशीर वाटत होते. सुब्बा राव यांनी मक्क्यापासून बनलेल्या मद्यामध्ये त्यांची वाढ केली होती.

सुब्बा राव, त्यांचे फर्मेंटेशन (Fermentation) तज्ज्ञ आणि रसायनशास्त्रज्ञ यांनी पुढचे २० महिने मिश्रणाच्या सतत खरवडल्या जाणाऱ्या टाक्यांमधून हे प्रतिजैविक बाहेर काढण्यात आणि शुद्ध स्फटिक रूपात ते मिळवण्याच्या प्रयत्नात घालवले. मंदीचा काळ असल्यामुळे माणसे कमी करण्याचा व्यवस्थापनाचा निर्णय त्यांनी धुडकावून लावला. कंपनीच्या स्वतःच्या वैद्यकीय विभागाने घेतलेल्या संशयांकडे दुर्लक्ष केले. सोनेरी रंगाने झळकणाऱ्या त्या प्रतिजैविकाला त्यांनी ऑरिओमायसिन असे नाव दिले आणि ते घेऊन ते सन्माननीय जॉन्स हॉपकिन्स हॉस्पिटलकडे गेले. तेथील प्रसिद्ध फिजिशियन पेरिन लाँग यांनी ते नापसंत केले. कारण त्यांनी केलेल्या प्राण्यांवरील प्रयोगांमध्ये ते पेनिसिलीन आणि स्ट्रेप्टोमायसिनपेक्षा कमी दर्जाचे असल्याचे दिसून आले; पण यामुळे सुब्बा राव यांच्या विश्वासाला धक्का बसला नाही. प्राण्यांमधील काही संसर्गजन्य विषाणूंवर झालेल्या या प्रतिजैविकाच्या संहारक परिणामांबद्दल गोळा केलेली माहिती त्यांनी लुई टॉमकिन्स राईट यांना दाखवली. त्याचा प्रभाव पडून या नामवंत काळ्या निग्रो शास्त्रवैद्याने हार्लेम हॉस्पिटलमधील विषाणूजन्य लैंगिक रोगांनी (VD) पछाडलेल्या रोग्यांना ऑरिओमायसिन दिलं. या रोगांवर आतापर्यंत कोणतेच परिणामकारक औषध उपलब्ध नव्हते. हे चारही रोगी एका

आठवड्यात बरे झाले. आपल्या २४ वर्षांच्या वैद्यकीय व्यवसायात राईटने असले काही कधी पाहिले नव्हते. ऑरिओमायसिनने नुसते लैंगिक विकार बरे झाले असते तरी ते लाख मोलाच्या डॉलर्सचे औषध म्हणून मानले गेले असते. मग कॅलिफोर्नियातील तीन डॉक्टर्सनी त्याची एका रहस्यमय विषाणूजन्य तापाच्या साथीमध्ये चाचणी घेतली. त्या रोग्यांना नाट्यमयरीत्या बरे वाटू लागले. आता त्याची किंमत सोन्याने तोलण्याइतकी वाढली. जिवाणूजन्य संसर्गामध्ये पेनिसिलीन आणि स्ट्रेप्टोमायसिनच्या बरोबरीची ताकद ऑरिओमायसिनमध्ये आहे हे सिद्ध करायला प्रयोगशाळेतील चाचण्या पुरेशा होत्या असे सुब्बा राव यांना वाटत होते. पेरिन लाँग आता त्यांचे ऐकायला तयार होते आणि खरोखरच मूत्रमार्गातील संसर्गामध्ये ऑरिओमायसिन फार परिणामकारक आहे असे दिसून आले. 'जवळजवळ अर्धशतकातील जगभराच्या वैद्यकीय व्यवसायात टेट्रासायक्लिन्सनी - ऑरिओमायसिन आणि त्याच्या रासायनिक रेणूत बदल करून बनवलेली या गटातील इतर औषधे - पुष्कळ सामान्य संसर्गजन्य रोगांविरुद्ध यशस्वी लढा दिला आहे. मूत्रमार्गाचे आणि न्यूमोनियासारखे छातीचे संसर्गजन्य विकार याविरुद्ध त्यांचा वापर केला जातो. शिवाय विषाणूजन्य लैंगिक रोग आणि गनोऱ्हिया किंवा सीफिलीस झालेल्या ज्या रोग्यांना पेनिसिलीन चालत नाही त्यांच्यासाठी ही दुसऱ्या पर्यायाची औषधे म्हणजे वरदानच ठरले.'

सुब्बा राव यांच्या दोन भावांचा जीव घेणाऱ्या आणि त्यांना स्वत:लाही ऐन तारुण्यात मृत्यूचे दर्शन घडवणाऱ्या अशा एका रोगाविरुद्धही त्यांनी यशस्वी दीर्घ झुंज दिली होती. या रोगाचे नाव उष्ण कटिबंधातील स्प्रू (sprue) असे होते. जीवनसत्त्वांच्या अभावामुळे बिघडलेली पचनक्रिया आणि त्याच्या जोडीने आढळणारा पंडुरोग (Anaemia) ही त्याची लक्षणे होती. हॉर्वर्ड मेडिकल स्कूलमध्ये खालच्या दर्जाचे नोकर म्हणून काम करीत असताना यकृताच्या लहान-लहान भागांवर संशोधन करण्यात त्यांनी वर्षेंच्या वर्षे खर्च केली. पर्ल नदीवर गेल्यानंतर बी-१२ या जीवनसत्त्वाचा सुंदर गुलाबी द्राव यकृतापासून मिळवण्यात त्यांना यश आले. दबावाखाली असल्यामुळे या गुलाबी रंगाचे कारण एखादा विषारी प्रेसिपिटेटिंग पदार्थ असावा असे त्यांनी ठरवले; त्यामुळे बरेच

दिवस या द्रावाकडे लक्ष न देता तो त्यांनी फळीवर नुसता ठेवून दिला. त्यानंतर लवकरच त्यांची खात्री पटली की, या द्रावामध्ये विषारी क्षारांचा अंशदेखील नाही आणि त्यांनी त्याच्या वैद्यकीय चाचण्या करायला परवानगी दिली. एका शत्रूगटातील संशोधन संस्थेने असे जाहीर केले की, अपायकारक पंडुरोगावर विजय मिळवणारे हे गुलाबी जीवनसत्त्व वेगळे करण्यात त्यांना यश आले आहे. काही हरकत नाही. बी-१२ नव्हे तर फोलिक ॲसिड हा स्रूवरील इलाज होता. सुब्बा राव यांनी ते यकृतापासून पिळून काढले होते. बी-१२ वेगळे करण्याच्या या यशाच्या आधी पाच वर्षे त्यांनी ही कामगिरी केली होती; पण या औषधाच्या एक दिवसात घ्याववयाच्या प्रमाणाला ६४ डॉलर इतकी जबरदस्त किंमत पडू लागली. शिवाय डुकराच्या यकृताचे हजार पौंड्स वापरल्यानंतर फक्त चारच दिवस पुरेल एवढे औषध मिळू लागले. सुदैवाने सुब्बा राव यांच्या प्रयोगशाळेतील एका समांतर गटाने एका मिश्रणापासून फोलिक ॲसिडचे स्फटिक बनवले. या मिश्रणामध्ये आंबवलेल्या दुधात (लॅक्टिक ॲसिड) असणारे एक जिवाणू मिसळण्यात आले होते; पण अजूनही सहज व्यावसायिक उपयोगासाठी ही प्रक्रिया वापरता आली नसती. कारण त्याला येणारा खर्च अजूनही खूप जास्त होता. दिवसभराच्या प्रमाणाला दोन डॉलर इतका. तरीही हरकत नव्हती. सुब्बा राव यांच्या रसायनशास्त्रज्ञांनी तोपर्यंत फोलिक ॲसिड रासायनिकरीत्या बनवले होते. ५mgच्या पंचवीस गोळ्यांच्या बाटलीचा सुरुवातीचा बनवण्याचा खर्च १ डॉलरपेक्षा थोडा जास्त होत होता. ते अजूनही B12च्या तीन वर्षे पुढे होते. नुसते फोलिक ॲसिड आणि ते B12 बरोबर घेतल्यास कितीतरी कुपोषणाच्या रोगांमध्ये अतिशय परिणामकारक ठरले असते.

फोलिक ॲसिडच्या भूमिकेबद्दल सुरुवातीला काही गैरसमज होते. रासायनिक गुणधर्मांच्या अनिश्चिततेमुळे त्याला खतपाणी मिळाले. कर्करोगाशी मुकाबला करण्यात ते उपयोगी पडू शकेल अशी एक चुकीची माहिती मिळाली होती. न्यू यॉर्कमधील एका हॉस्पिटलने जिवाणूंच्या मिश्रद्रावापासून मिळालेले फोलिक ॲसिड कर्करोगाच्या रोग्यांना द्यायला सुरुवात केली. हे यकृतापासून मिळणाऱ्या आणि नंतर स्वतःच निर्माण होणाऱ्या फोलिक ॲसिडपेक्षा रासायनिकदृष्ट्या वेगळे

होते. दु:ख आणि वेदना कमी करण्याच्या आणि अधिक बरे वाटण्याच्या त्याच्या गुणांबद्दल त्यांना बरीच खात्री वाटू लागली. कर्करोगावर उपाय म्हणून जीवनसत्त्व वापरण्याबद्दल चालना देण्यात सुब्बा राव यांच्या स्वत:च्या मनात काही संशय होते; परंतु वैद्यकीय अहवालांना रासायनिक कार्याची जोड देऊन त्यांनी कॅन्सरवरील अभ्यासाला पाठिंबा दिला. लवकरच त्यांच्या सहकाऱ्यांनी फोलिक ऑसिडचे प्रतिस्पर्धी बनवण्यात यश मिळवले. हे प्रतिस्पर्धी कर्करोगाच्या पेशींची वाढ खरोखरच रोखू शकतात असे त्यांनी सिद्ध केले. यापैकीच एक औषध, ऑमिनोप्टेरिन हे तीव्र ल्युकेमिया किंवा रक्ताचा कर्करोग असलेल्या मुलांमध्ये अद्भुत रोगमुक्ती घडवून आणत असल्याचे निदर्शनास आले. त्याच्यापासून बनवलेले मिथोट्रेक्झिट हे कर्करोगाविरुद्धचे सर्वात शक्तिशाली औषध आहे. ऑमिनोप्टेरिनच्या यशाचे अहवाल मिळाल्यानंतर कर्करोगावर विजय मिळवण्याच्या उदात्त कल्पनेने सुब्बा राव यांचे मन व्यापून टाकले. त्यांनी एका कर्करोग संशोधन संस्थेची योजना आखली. त्यांच्या या स्वप्नांमध्ये सहभागी होणारे सांगतात की, जर त्यांना अजून दहा वर्षे मिळाली असती तर आपली ही योजना त्यांनी नक्की यशस्वी केली असती; पण या योजनेची सुरुवात होण्यापूर्वीच १९४८ च्या ऑगस्ट ८/९ च्या रात्री झोपेतच सुब्बा राव यांना मृत्यूने गाठले. त्या वेळी ते अवघे ५३ वर्षांचे होते.

दहा वर्षांपिक्षा कमी काळात सुब्बा राव यांनी एक प्रतिजैविक, एक जीवनसत्त्व आणि एक कर्करोगविरोधी औषध बनवले होते. शिवाय डायएथिलकार्बमेझिन हे ऑन्टिफायलेरियल औषधही त्यांनी बनवले. माणसाला विकृत करणाऱ्या हत्तीरोगाविरुद्ध हे औषध आजही सर्वात प्रभावी आहे. बी कॉम्प्लेक्समधील कितीतरी जीवनसत्त्वांसाठी. पर्यायी पद्धती शोधून त्यांनी जीवनसत्त्वांची जुनी मवतेदारीही संपवली होती.

'अद्भुत औषधे बनवणारा अद्भुत मनुष्य' असे ज्याचे वर्णन करता येईल असा हा विस्मयकारक औषधांचा निर्माता असा पडद्याआड कसा काय राहिला? खासकरून त्यांना प्रसिद्धी आवडत असे, असे त्यांचे निकटवर्तीय सांगत असतानादेखील? स्वत:चे शोध प्रासिद्ध करण्याच्या लायकीचे आहेत हे सुब्बा राव यांना कधी समजलेच नाही. रोगाविरुद्धच्या मानवाच्या लढाईमध्ये आपल्या शोधांमुळे दैवाची अदलाबदल होणार

आहे हे त्यांच्या लक्षातच आले नाही. शिवाय ते फक्त दिग्दर्शक (मार्गदर्शक) होते. प्रकाशाचा झोत हा नटावर पडला पाहिजे असे त्यांना वाटत असे आणि हा नट म्हणजे एखाद्या विशिष्ट प्रकल्पाच्या यशासाठी प्रयोगशाळेतील बाकावर बसून काम करणारा त्यांचा एखादा सहकारी किंवा साहाय्यक होता. वर्णपटाच्या उजव्या आणि डाव्या बाजूच्या तापाच्या जिवाणूंवर मात करणारा सोनेरी जिवाणू शोधण्यासाठी मातीचे पृथक्करण करण्याचे श्रेय बेंजमिन डुगरला मिळाले. फोलिक ॲसिड बनवण्यासाठी सर्वांत स्वस्त मार्ग म्हणून हेटरोडॉक्सची कल्पना कॉय वॉलरची असल्याने म्हटले गेले. रक्ताच्या कर्करोगामध्ये ॲन्टिफोलिक्सची शक्ती शोधण्याचे श्रेय सिडनी फार्बरला दिले गेले. चाचणीसाठी पाठवलेल्या शेकडो रसायनांपैकी एकामध्ये ॲन्टिफायलेरियल गुणधर्म आहेत हे रेड्गिनल हेविट्च्या लक्षात आले. व्यासपीठांवर बक्षिसे वाटली जात असताना सुब्बा राव प्रेक्षागृहात नेहमीच कुठे तरी मागच्या आसनावर बसलेले असत.

सुब्बा राव यांना हॉर्वर्डला मिळालेले सर्वांत मोठे यश फार पूर्वी त्यांच्या पदवी अभ्यासक्रमाच्या विद्यार्थिदशेत मिळाले होते. सायरस फिस्के या त्यांच्या मार्गदर्शकाच्या साहाय्याने रक्तातील आणि लघवीतील फॉस्फरसची रंगावरून मोजणी करण्याची पद्धत त्यांनी शोधून काढली होती. मुडदूस, मूत्रपिंडाचे विकार, पॅराथायरॉईड हार्मोनचा अभाव आणि अतिक्रियाशीलता आणि हाडांमध्ये कॅल्शियम साठणे या रोगांच्या निदानासाठी फिस्के-सुब्बा राव यांनी शोधलेली पद्धत मधुमेहाचे निदान आणि नियंत्रण करण्याकरिता केल्या जाणाऱ्या साखर-चाचणी पद्धतीइतकीच चांगली होती. फिस्के यांच्या जोडीने सुब्बा राव यांनी फॉस्फोक्रिएटिन आणि एटीपीचा (ॲडिनोसिन ट्रायफॉस्फेट) शोध लावला. या दोन पदार्थांमुळे जीवनाचे रहस्य उलगडण्यासाठी जगाचे चलनवलन सुरू ठेवणाऱ्या स्नायूंच्या ऊर्जेच्या स्रोताची माहिती होण्यासाठी मदत झाली.

आंध्रमधील नद्यांच्या काठांवरून सुब्बा राव हॉर्वर्डला कसे पोहोचले हीदेखील एक अद्भुत कथाच आहे. गेल्या शतकामध्ये गोदावरी खोऱ्यातील एका निरोगी ब्राह्मणाच्या कुटुंबात त्यांचा जन्म झाला. नशीब काढायचे मार्ग मर्यादित असल्यामुळे हा मुलगा घरातून पळून वाराणशीला गेला. तिथे यात्रेकरूंना केळी विकत असताना माता

वेंकम्मांच्या तावडीत तो सापडला. त्यांनी त्याला परत शाळेमध्ये दाखल केले. तिसऱ्यांदा मॅट्रिकच्या परीक्षेला बसण्यासाठी मद्रासला जाण्यासाठी या तरुण माणसाला पैसे हवे होते म्हणून वेंकम्मांनी आपले सोन्याचे दागिने विकले. त्यांच्या महाविद्यालयीन शिक्षणासाठी दानशूर व्यक्तींकडून निधी गोळा केला.

पण या दूरच्या शहरामध्ये सुब्बा राव जेवढा वेळ प्रेसिडेन्सी महाविद्यालयात घालवत होते, तेवढाच वेळ ते रामकृष्ण आश्रमातही व्यतीत करीत असत; परंतु मातेच्या संमतीशिवाय संन्यासी म्हणून प्रवेश द्यायला मिशनने त्यांना नकार दिला. डॉक्टरचे काम करण्यासाठी त्यांनी मद्रास वैद्यकीय महाविद्यालयात प्रवेश घ्यावा यासाठी त्यांचे मन वळवण्यात आले. खासगी शिष्यवृत्त्या मिळणे बंद झाल्यावर वैद्यकीय शिक्षणासाठी आर्थिक मदत करू शकेल अशा कुटुंबातील मुलीशी त्यांनी विवाह करावा असे वेंकम्मांनी त्यांना सुचवले. पदवी परीक्षेनंतर ते मद्रास आयुर्वेदिक महाविद्यालयात दाखल झाले. येथील प्राचार्या, अचन्ता लक्ष्मीपथी यांनी स्फ्रूच्या काळात त्यांचा जीव वाचवला होता. या काळात ॲलोपाथी डॉक्टरांच्या उपायांचाही त्यांच्यावर काही प्रभाव पडला नव्हता. लक्ष्मीपथींच्या महाविद्यालयाचे उपप्राचार्य आणि त्यांच्या नियतकालिकाचे संपादक म्हणून त्यांनी संपूर्ण राज्यात हत्तीरोगांवर वैद्यांकडून होणाऱ्या इलाजांच्या वैद्यकीय चाचण्या आयोजित केल्या. वैद्यकशास्त्रातील सर्व पद्धतींना उपयोगी पडेल अशा प्रमाणित औषधी वनस्पतींचा एक सारग्रंथ त्यांनी तयार केला. प्राचार्यच वैद्यकाच्या राजकारणात ओढले गेल्यामुळे महाविद्यालयातील वातावरण संशोधनाला कोणत्याही अर्थाने उपयोगी पडेल असे राहिले नाही. मद्रासमध्ये जंतांवर संशोधन करीत असलेल्या एका अमेरिकन माणसाला भेटल्यानंतर त्यांच्या असे लक्षात आले की, अमेरिकेत जाऊन ते उष्णकटिबंधीय रोगांवर संशोधन करू शकतील. आयुर्वेदाला आधुनिक वैद्यकाच्या सेवेला लावण्याच्या त्यांच्या महत्त्वाकांक्षेमध्ये अमेरिकन प्राध्यापकांना रस नव्हता; पण परत आल्यावर ते इथे उपयोगात आणू शकतील अशी आयुर्वेदाच्या प्रगतीसाठीची तंत्रे ते त्यांच्याकडून शिकू शकले असते. आंध्रातील दानशूर संस्थांकडून त्यांना एक शिष्यवृत्ती मिळणार होती. ती तारण ठेवून त्यांनी आपल्या सासऱ्यांकडून कर्ज घेतले. या कर्जाच्या

जोरावर त्यांनी बोस्टन येथील **'डॉ. रिचर्ड स्ट्राँग्स हॉर्वर्ड स्कूल ऑफ ट्रॉपिकल मेडिसिन'** या संस्थेची पदविका मिळवली. अखेरीस त्यांना जी शिष्यवृत्ती मिळाली ती वैद्यकीय अभ्यासक्रम पूर्ण करण्यासाठी पुरेशी नव्हती. म्हणून त्यांनी हॉर्वर्ड मेडिकल स्कूलमध्ये जीवरसायनशास्त्र विभागात प्रवेश घेतला.

वैद्यकशास्त्रात एवढे यश मिळूनदेखील सुब्बा राव काही वेळा नाउमेद होत असत. 'आपण आयुष्य फक्त लांबवतो' असे ते म्हणत असत, 'त्याला खोली आणत नाही.' या असमाधानामुळे ते परत धर्माकडे वळले. महात्मा गांधींप्रमाणे ख्रिस्ताच्या शिकवणुकीमुळे देवावर विश्वास ठेवणे त्यांना अधिक 'सोपे' वाटू लागले. गांधींचे अनुयायी होण्याचा त्यांनी प्रयत्न केला. गांधींनी म्हटले होते, 'माझे कोणतेही काम प्रार्थनेशिवाय पूर्ण होत नाही.' न्यू यॉर्क येथील एका कम्युनिटी चर्चमध्ये ते जाऊ लागले. महात्मा गांधींच्या सन्मानार्थ आणि तेथील मुख्य धर्मोपदेशक जॉन हेस होमस् यांचे नाव देऊन त्यांनी या चर्चला एक व्यासपीठ देणगी म्हणून दिले. जवळ असलेल्या एका चर्चमध्येही ते जात असत आणि तेथील शैक्षणिक कामाला पाठिंबा देत. ज्या समाजात मिसळून जाण्याची इच्छा असूनदेखील ते उपरेच राहिले होते त्या समाजाची सेवा करण्याचा हा त्यांचा एक मार्ग होता. 'परकीय'तेची ही अधिकृत पदवी मिळूनदेखील त्यांनी गोऱ्या अमेरिकन नागरिकांच्या गटाचे नेतृत्व केले होते. अमेरिकन सरकारने ज्याची युद्धजन्य परिस्थितीतील प्रयत्न म्हणून स्तुती केली त्यामध्ये या लोकांनी आपला जास्तीतजास्त निर्मितीक्षम हातभार लावला होता. युद्धानंतर अमेरिकन नागरिकत्व मिळवायला भारतीय लायक ठरले. सुब्बा रावही या परीक्षेत उत्तीर्ण झाले; परंतु भारतीय नागरिकत्वाचा त्याग करायला लावणारी ही अंतिम पावले त्यांनी कधीच उचलली नाहीत.

— एस. पी. के. गुप्ता

www.ingramcontent.com/pod-product-compliance
Lightning Source LLC
LaVergne TN
LVHW051452170726
843492LV00002B/653